ம.இலெ.தங்கப்பா

மாபெரும் தமிழ்ச் சிந்தனை

தொகுப்பு

பி.என்.எஸ்.பாண்டியன்

டிஸ்கவரி புக் பேலஸ்

எண்: 9, பிளாட் எண்: 1080A, ரோஹிணி பிளாட்ஸ்
முனுசாமி சாலை, கே.கே.நகர் மேற்கு,
சென்னை - 600 078. பேச: 99404 46650

வெளியீட்டு எண்: 0443

ம.இலெ.தங்கப்பா – மாபெரும் தமிழ்ச் சிந்தனை (கட்டுரை)
தொகுப்பாசிரியர்: பி.என்.எஸ்.பாண்டியன்©
M.L.Thangappa - Maperum Thamizh Chinthanai (Essay)
Combiled By PNS Pandian©
Print in India

1st Edition :
ISBN: 978-93-49113-63-3
Pages - 160
Rs.200

Publisher • Sales Rights

Discovery Publications
No. 9, Plot,1080A, Rohini Flats,
Munusamy Salai,
K.K.Nagar West, Chennai - 78.
Tamilnadu, India.
Mobile: +91 99404 46650

Discovery Book Palace (P) Ltd
No. 1055-B, Munusamy Salai,
K.K.Nagar West,
Chennai-600 078.
Mobile: +91 87545 07070

discoverybookpalace@gmail.com / www.discoverybookpalace.com

இந்த நூலில் பிரசுரமாகியுள்ள எந்த ஒரு பகுதியையும் எழுத்துபூர்வமான முன்அனுமதி பெறாமல் எடுத்தாள்வதோ, மறுபிரசுரம் செய்வதோ, மொழியாக்கம் செய்வதோ, ஊடகங்களில் மறுபதிப்புச் செய்வதோ, காப்புரிமைச் சட்டப்படி தடை செய்யப்பட்டுள்ளது. இந்த நூலிலிருந்து சில பகுதிகளை மேற்கோள்காட்டி நூல்அறிமுகம் செய்யலாம்.

உங்கள் மொபைல் போனிலிருந்து ஸ்கேன் செய்து 'டிஸ்கவரி புக் பேலஸ்' மொபைல் ஆப்பை டவுன்லோடு செய்து, புத்தகங்களை வாங்குங்கள்.

முன்னுரை

தனித்து நிற்கிறது காதல்!

பி.என்.எஸ்.பாண்டியன்

2001 சித்திரை மாதமொன்றின் பிற்பகலில் டூப்ளெக்ஸ் வீதி என அழைக்கப்பட்டு வந்த ஜவகர்லால் நேரு வீதியில் வாத்தியங்கள் முழங்க ஓர் கூட்டம் ஓட்டமும் நடையுமாக கிழக்கு நோக்கிச் சென்று கொண்டிருந்தது. அப்போது நான் புதுச்சேரி தினமலர் நிருபர்.

கையெழுத்திடு.. கையெழுத்திடு..

அரசு ஊழியரே தமிழில் கையெழுத்திடு!

உத்தரவிடு... உத்தரவிடு... புதுச்சேரி அரசே உத்தரவிடு!

இந்தக் கோஷங்கள் விண்ணைப் பிளக்க... தமிழறிஞர்கள் புடை சூழ... மலர் மாலை அணிந்த இருவர் பட்டுச் சட்டை, வேட்டியுடன் நடு நாயகமாக சென்று கொண்டிருந்தனர். அவர்களில் ஒருவர் ம.இலெ.தங்கப்பா; மற்றொருவர் முனைவர் திருமுருகனார். அரசு தங்களுக்கு அளித்த தமிழ்மாமணி, கலைமாமணி விருதுகளை திருப்பிக்கொடுக்க ஊர்வலமாக கலை, பண்பாட்டுத்துறை இயக்குநரகத்தை நோக்கிச் சென்று கொண்டிருந்தனர். காரணம் என்னதெரியுமா? அரசுஊழியர்கள்தமிழில்கையொப்பமிடவேண்டும் என்பதுதான் கோரிக்கை. இதை நிறைவேற்றத் தவறிய அரசுக்குக் கண்டனத்தைத் தெரிவிக்கத்தான் இந்த விருதை திருப்பி அளிக்கும் போராட்டம்.

புதுச்சேரி மண்ணின் சூழல் காக்கும் போராட்டம், தமிழ்மொழி காக்கும் போராட்டம், ஈழத் தமிழர்களுக்கான போராட்டம் என திரும்பிய பக்கமெல்லாம் தங்கப்பாவின் முகம்! ஒரு போராளி, கவிஞர், பேராசிரியர், சூழலியலாளர் என்ற அளவில் தங்கப்பாவை பார்த்த நான், அவருடைய ‘எது வாழ்க்கை’ என்ற நூலினைப்

படித்தேன். அந்த கணம் முதல் தங்கப்பா என் ஆசானாக மாறினார். என் மானசீக வழிகாட்டியாக உயர்ந்தார்.

பாவலரேறு பெருஞ்சித்திரனார், 'செயலும் செயல் திறனும்' என்ற ஒரு தன்முனைப்பு நூலினை எழுதியிருந்தார். அந்த நூலைப் பல முறை படித்துச் சுவைத்துள்ளேன். அதிலிருந்து வாழ்க்கையில் எனக்காக சில கோட்பாடுகளை வகுத்தேன். உடலைப் பேணுவது போன்றவை இதில் அடங்கும். தங்கப்பாவின் எது வாழ்க்கை படித்த போது, மனித வாழ்வின் அர்த்தங்கள் அறிந்தேன். அதன்படி நடக்கத் தொடங்கினேன்.

இதன்பின்பு தங்கப்பாவின் வேப்பங்கனிகளைப் படித்தேன். அவர் கிண்டல் பித்தனாக, சில இடங்களில் பாவேந்தர் பாரதிதாசனை மிஞ்சியிருப்பதை உணர்ந்தேன். காலச்சுவடு இதழில் அவர் எழுதியிருந்த கூழாங்கற்களின் அமைப்பியல் எனும் கட்டுரை தமிழ் ஆய்வாளர்களின் போக்கினை பகடி செய்யும் தன்மையில் அற்புதமான எழுத்தோட்டத்தில் அமைந்திருந்ததை கண்டு வியந்தேன்.

நற்றிணை என்ற இலக்கியப் பத்திரிகையை நான் நடத்திய பொழுது, நண்பர்களின் தூண்டுதலில் 'புத்தகப் பூங்கா' எனும் புத்தகக் கடையையும் திறந்தேன். புத்தகப் பூங்கா, தங்கப்பாவையும் என்னையும் நெருக்கமாக்கியது. இளமையும், முதுமையும் கலந்த எதுமாதிரியும் இல்லாத புதுமாதிரியான இலக்கியப் போக்கு ஒன்று புத்தகப் பூங்கா வாயிலாக புதுச்சேரியில் வளர்ந்தது. கவிஞர்கள், எழுத்தாளர்கள், ஓவியர்கள், ஆசிரியர்கள், வாசகர்கள் என அனைவருக்குமான கூடாக அது அமைந்திருந்தது. இருவரும் அடிக்கடி சந்தித்தோம். அவருடைய இல்லமான வானகத்திற்கும், புத்தகப் பூங்காவுக்கும் எட்டிப்பிடிக்கும் தூரம் என்பதால் சந்திப்புகள் தொடர்ந்தன.

எத்தனையோ உரையாடல்கள்... தங்கப்பா அவர்களின் வாழ்வியலை ஆவணப்படமாக்க வேண்டும் என்ற ஆவலை நான் பலமுறை அவரிடத்தில் வெளிப்படுத்தினேன். அவர் மெல்லச் சிரித்தபடி தலையை ஆட்டிக் கொள்வார். அவர் கண்களில் அவரது உள்ளுணர்வு வெளிப்படும். ஏதோ ஒரு சாயலிலும், செயல்பாட்டிலும் என் தந்தையை அவர் ஒத்திருந்ததால் அவர் மீதான காதல் எனக்கு உயர்ந்துக்கொண்டே வந்தது. அவரை நேசிக்கவும், வாசிக்கவும் இதுகூட ஒரு காரணமாக இருக்கலாம்.

தங்கப்பா அறிஞருக்கெல்லாம் அறிஞர். நானும் பேராசிரியர் பசுபதி அய்யாவும் சந்தித்துக் கொண்டால் தங்கப்பா பற்றியும், அவரது படைப்புகள் குறித்தும்தான் உரை நிகழும். தங்கப்பா என்னுள் ஆழமாகப் பதிய, பேராசிரியர் பசுபதி அவர்களும் ஒரு காரணம்.

இப்படித்தான் 2017-ஆம் ஆண்டின் பிற்பகுதியில் ஒரு நாள் இதய அறுவைச்சிகிச்சை முடித்துக்கொண்டு ஓய்வில் இருந்த தங்கப்பா என்னை அழைத்தார். அவரைப் பார்க்கச் சென்றேன்.

"என்னைப்பற்றி ஓர் ஆவணப்படம் எடுப்பதாகச் சொன்னீர்களே... இப்போது முடியுமா?" என்றார். அவருடைய கண்களில் என் மீதான நம்பிக்கை ததும்பிக் கொண்டிருந்ததைப் பார்த்தேன். இந்த நாளைத்தானே நான் எதிர்பார்த்துக் கொண்டிருந்தேன். மகிழ்ச்சியுடன் தலையசைத்தேன். என் கையில் ஒரு துண்டுச்சீட்டை எடுத்துக் கொடுத்தார். அதில் சில அறிஞர்களின் பெயர்கள் இருந்தன. இவர்களிடம் நேர்காணல் செய்து கொள்ளுங்கள் என்றார். மேலும், அவரது சில நூல்களைப் படிக்கச் சொல்லிக் கொடுத்தார். தேர்வுக்குத் தயாராவது போன்று தயார்படுத்திக் கொண்டேன். ஒளிப்பதிவாளர் தம்பி ஜெயக்கொடி உதவியுடன் 5 நாட்கள் படப்பிடிப்பு நடத்தினோம். ஆரோவில்... தாகூர் கலைக்கல்லூரி, விமான நிலையத் திடல், கிழக்கு கடற்கரைச் சாலை, ஆரோவில் கடற்கரை என படப்பிடிப்பு நடத்தினோம். பேராசிரியர் பசுபதி எங்களுடன் வந்து கலகலப்பூட்டிக் கொண்டிருந்தார். பசுமையான நாட்கள் அவை!

பல்வேறு அறிஞர்களிடம் நேர்காணல் செய்ய சென்னை, கொடைக்கானல், மதுரை, நெல்லை, குறும்பலாபேரி என தொடர் பயணம் செய்தேன். ஒரு வழியாக ஆவணப்படம் முடிந்தது. தேனியில் படத்தொகுப்பு வேலைகள் ஓரளவு முடிந்தபோது, ஒரு பத்து நிமிடக் காட்சியை மடிக்கணிணியில் காண்பித்தேன். அவரது இல்லத்தில் உடல் நலிவுற்று இருந்தபோது, இந்த ஆவணப்பட முன்னோட்ட காட்சிகளைப் பார்த்து வழக்கம்போல் கண்களால் சிரித்தவர், "இதற்கு நான் உங்களுக்கு எதாவது செய்யவேண்டும்? என்ன செலவாயிற்று கூறுங்கள்? நான் தருகிறேன்" என்றார். நான் கைகூப்பினேன். நீங்கள் இந்தச் சமூகத்திற்காக நிறைய தந்துவிட்டீர்கள். இந்த ஆவணப்படம் இந்தச் சமூகம் உங்களுக்குச்

செய்யும் கைமாறு என்று நினைத்துக் கொள்ளுங்கள் என்றேன். வழக்கம்போல் தலையாட்டி சிரித்தார்.

வீட்டினுள்ளே தடங்கன்னி தங்கப்பா உடல்நிலை சரியில்லாமல் முனங்கிக் கொண்டிருந்தார். அவரையும் சென்று பார்த்தேன். அவர் எனக்கு அளித்த நேர்காணலில் முதன்முதலில் தங்கப்பா அவர்களை Mr.History என்று அழைத்ததாகச் சொன்னார். அது நினைவுக்கு வந்தது. தங்கப்பா Mr.Historyதான்.

ஆவணப்படம் முடியும் தருவாயில் எழுத்தாளர் பிரபஞ்சனைக் காக்கும் பணி காத்திருந்தது. அவரை அழைத்துக்கொண்டு மருத்துவமனைக்கும், வீட்டிற்கும் அலைந்துகொண்டிருந்த நேரத்தில் தங்கப்பா காலமானதை புலவர் கோவேந்தன் அவர்களின் மகன் எழில்முத்து தொலைபேசியில் தெரிவித்தார்.

அது வாழ்க்கையின் மோசமான கணம்!

தங்கப்பாவின் மறைவுக்குப் பிறகு பிரபஞ்சன் தலைமையில் புதுவைத் தமிழ்ச்சங்கத்தில் 'வானகத்தின் வாழ்வியக்கம் ம.இலெ. தங்கப்பா' எனும் ஆவணப்படத்தை வெளியிட்ட தினத்தில் மன நிம்மதி அடைந்தேன். இந்த விழாவில் தங்கப்பா அவர்களின் வீடு.. பெரிய வீடாம்... என்ற பாடலை ராகத்தோடு பாடினார் மணிமேகலை கார்த்தி. அந்தப் பாடல் என்னுள் ஒலிக்கும்போதெல்லாம் தங்கப்பாவின் இருப்பை உணர்ந்துக்கொண்டே இருந்தேன்.

தங்கப்பா குறித்த வலுவான அச்சு ஆவணம் ஒன்றை விரைவில் உருவாக்க முடிவு செய்தேன். அதுதான் இந்நூல். பக்கத்தைப் புரட்டுங்கள். அறிஞர்கள் போற்றும் அறிஞராக தங்கப்பா உங்கள் நெஞ்சை நிறைப்பார். தங்கப்பாவின் வாழ்க்கை, அவரின் உன்னதமான படைப்புகள், அவர் படைப்புகள் குறித்த அறிஞர்களின் பார்வைகள், தங்கப்பாவின் நேர்காணல் என இந்நூல் நான் எதிர்பார்த்த திருப்தியை அளித்துள்ளது.

இந்நூலைத் தொகுத்துள்ள இந்த தருணத்தில் என் வாழ்வின் முக்கிய அங்கமாக விளங்கும் முன்னாள் பாராளுமன்ற உறுப்பினர் இரா.இராதாகிருஷ்ணன் அவர்களுக்கும், என் இனிய நண்பர் ஆனந்த்பவன் வெங்கடேஷ் அவர்களுக்கும், என் எழுத்துப்பணிக்கு கிரியாஊக்கியாக விளங்கும் ஆசான் ப.திருமாவேலன் அவர்களுக்கும், என் செயல்பாடுகளுக்கு உரமூட்டும் பாகூர்

சட்டமன்ற உறுப்பினர் இரா.செந்தில்குமார் அவர்களுக்கும், இனிய நண்பர் புதுச்சேரி செய்தியாளர் சங்கத்தலைவர் டி.சிவக்குமார் அவர்களுக்கும், எனக்கு எப்போதும் தோள்கொடுக்கும் நண்பர் புதுவை இளவேனில், தோழர் சீனு.தமிழ்மணி, புதுச்சேரி வரலாற்று அறிஞர் - பேராசிரியர் எம்.பி.ராமானுஜம், நண்பர் பேராசிரியர் பா.ரவிக்குமார் ஆகியோருக்கும், புதுவைத் தமிழ்ச்சங்க செயலாளர் ஆசிரியர் சீனு.மோகன்தாஸ், பொருளாளர் கவிஞர் மு.பாலசுப்ரமணியம், ஒளிப்பதிவாளர் பொன்.ஜெயக்கொடி ஆகியோருக்கும், இந்நூலை அழகுற அச்சிட்டு வெளியிட முன்வந்த டிஸ்கவரி பதிப்பக உரிமையாளர் தோழர் மு.வேடியப்பன் அவர்களுக்கும், தட்டச்சு செய்துபிழை திருத்திய ஊடகவியலாளர் ரவீந்திரன் அவர்களுக்கும், இத்தனைக்கும் மேலாக தங்கப்பா அய்யா அவர்களின் குடும்பத்தார், அண்ணன்கள் செங்கதிர், விண்மீன் பாண்டியன், அக்கா மின்னல், இன்னிசைவேந்தன், இளவேனில் ஆகியோருக்கு என் நெஞ்சார்ந்த நன்றியை உரித்தாக்குகின்றேன்.

என் வாழ்வின் அங்கமாக விளங்கும் என் அன்பு மனைவி ஞா.கலைவாணி, மகள்கள் எஸ்.பி.கீர்த்தனா, எஸ்.பி.ரோசனா ஆகியோருக்கும் என் நன்றியைத் தெரிவித்துக்கொள்கிறேன்.

காலங்கள் கடந்தாலும் தங்கப்பா மீதான காதலை இன்னும் என்னால் கடக்க முடியவில்லை.

காதல் தனித்து நிற்கிறது-தங்கப்பாவின் படைப்பைப்போல்!
Love stands alone!

புதுச்சேரி
10.03.2025

★

உள்ளடக்கம்

1. வாழ்வியல் பேரறிஞர் ம.இலெனின் தங்கப்பா! | முனைவர் ஆ.கோ. குலோத்துங்கன் 11
2. தங்கப்பாவின் தமிழ்ப்பா | பேராசிரியர் ப. மருதநாயகம் 15
3. பாரதியாரின் குயில்பாட்டும் தங்கப்பாவின் ஆந்தைப்பாட்டும் | பேரா. க. பஞ்சாங்கம் 23
4. தங்கப்பா புகழ் ஓங்குக! | மு. சாயபு மரைக்காயர் 35
5. அலையெழுப்பாத கடல் ம.லெ.தங்கப்பா | பழ.அதியமான் 44
6. நடமாடும் வள்ளுவர் | கலைமாமணி புலவர் அரங்க. நடராசன் B.Lit. 48
7. ம. இலெ. தங்கப்பா – மரபின் மகத்துவ உயிர்ப்பு | மரபின் மைந்தன் ம. முத்தையா 51
8. மனிதத்தின் மாண்பு | முனைவர் இரா. சத்தியமூர்த்தி 59
9. வாழ்க தங்கப்பா! | பாவலர் இலக்கியன் 62
10. தங்கப்பாவின் கவிதையுலகம் – துலக்கமும் ஒடுக்கமும் | எழுத்தாளர் மொழிபெயர்ப்பாளர் பாவண்ணன் 64
11. கிழங்கு கிண்டியபோது கிடைத்த ரத்தினக்கல் | எழுத்தாளர் அ.முத்துலிங்கம் 76
12. தாக்கத்தை ஏற்படுத்திய மொழிபெயர்ப்பாளர் | தங்க.ஜெயராமன் 83
13. தமிழ் இலக்கிய வரலாற்றில் உள்ள குறிப்பு | திரு. மது. ச.விமலானந்தன் 89
14. இலக்கிய மொழிபெயர்ப்பு: சங்கப்பாவும் தங்கப்பாவும் | ஆ.இரா.வேங்கடாசலபதி பேராசிரியர் எழுத்தாளர் 91
15. எல்லார்க்கும் இனியவை | எழுத்தாளர் வளவ. துரையன் 96
16. என் தம்பி தங்கப்பா | நட்சத்திரவதனா மதனசிங் (தங்கப்பாவின் சகோதரி) 100
17. தங்கப்பாவும் நானும் | ராஜ்ஜா இருமொழி எழுத்தாளர் 103
18. தங்கப்பாவின் தமிழ்த்தொண்டு | ம.அருள்குமார் 106
19. காலத்தின் கண்ணாடி ம. இலெனின் தங்கப்பா | இளமாறன். S 109
20. ம.இலெ.தங்கப்பா – நினைவுத் தெறிப்புகள் | ந.மு.தமிழ்மணி பொதுச் செயலாளர், தமிழர் தேசிய முன்னணி 112
21. எங்கள் தங்கப்பா! | இரா.இளமுருகன், உழுவலன்பர்,பைந்தமிழ்ப் பாவலர் 119
22. வாழ்க்கையைக் கூர்ந்து நோக்குங்கள் | 124
23. தங்கப்பா படைப்புகளில் தமிழுணர்வு | புதுவை சீனு. தமிழ்மணி 131
24. ம.இலெ.தங்கப்பா – தனித்து நின்ற தமிழியக்கம் | முனைவர் பா.இரவிக்குமார் 139
25. "இயற்கையின் காதலர் தங்கப்பா" | முனைவர் சிவ இளங்கோ 148
26. பேராசிரியர் ம.இலெ. தங்கப்பாவின் இயற்கை ஈடுபாடு | முனைவர் மு. இளங்கோவன் 153
27. தமிழ் இலக்கியச் சேவையாளர் தங்கப்பாவின் படைப்புகள் 158

வாழ்வியல் பேரறிஞர் ம.இலெனின் தங்கப்பா!

— முனைவர் ஆ.கோ. குலோத்துங்கன், டி.லிட்.

தமிழ் மொழி, இன, நாட்டு முன்னேற்றத்திற்கு ஒவ்வொரு காலகட்டத்திலும் ஒவ்வொரு வகையில் சான்றோர்கள் பாடுபட்டுள்ளனர். உட்பகையினாலும், புறப் பகையினாலும் தமிழினத்திற்குக் கேடுகள் வந்தபொழுதெல்லாம் தன்னலம் கருதாமல் தமிழ் நலமே கருதிய அப்பெருமக்கள் தம் உடல், பொருள், உயிர் தந்துள்ளமையை வரலாறு பதிவு செய்துள்ளது. இருபதாம் நூற்றாண்டின் தமிழ் இலக்கிய வரலாற்றினை ஆராயும் பொழுது பாரதியார், பாரதிதாசன், பெருஞ்சித்திரனார் முதலானவர்கள் தம் பாட்டுத்திறத்தால் பல பங்களிப்புகளைச் செய்துள்ளனர். அத்தகு பெரும்பாவலர்கள் வரிசையில் வைத்துப் போற்றப்படும் பெருமைக்கு உரியவர் பேராசிரியர் ம.இலெனின் தங்கப்பா ஆவார்.

தங்கப்பா அவர்கள் அடக்கமே உருவென திகழும் ஆன்றோர். தமிழ், ஆங்கில மொழிகளில் ஒப்பாரும் மிக்காரும் இலாதபடி புலமை பெற்றவர். வாழ்வியல் உண்மைகளை உணர்ந்து, தெளிந்த சித்தர். பள்ளிக்கூட ஆசிரியராகப் பணியைத் தொடங்கி, கல்லூரிப் பேராசிரியராகப் பணியாற்றி ஓய்வு பெற்றவர். உயர் பொறுப்புகளுக்குக் குறுக்கு வழிகளில் தாவித் தொத்தும் பதவி வேட்கையர்கள் போல் அல்லாமல் ஆர்ப்பாட்டம் விரும்பாத தோழராக – இயற்கையை நேசிக்கும் நேயராக – மாணவர்கள், குழந்தைகளை நல்வழிப்படுத்தும் ஆசிரியராக, ஓவியராக – மொழி பெயர்ப்பாளராக, பாவலராக – கட்டுரையாசிரியராக, நூலாசிரியராக, சிற்றூர்ப் புற வாழ்க்கையில் திளைக்கும் நன்னெஞ்சராக, தமிழ்த் தொண்டில் முன்னிற்கும் வீரராக இருப்பவர்.

தங்கப்பா அவர்களைப் பற்றி பல ஆண்டுகளுக்கு முன்பே நண்பர்கள் வழி நன்கு அறிவேன். என் பிறந்த ஊரான கங்கை கொண்ட சோழபுரத்தை அடுத்துள்ள உள்கோட்டையில் 1992 அளவில் நடைபெற்ற பொங்கல் விழாவில் இளைஞர்களின் விருப்பத்தை ஏற்று உரையாற்றியதையும், பலமுறை எம் பகுதிக்குச் சுற்றுலாச் சென்று தங்கி வந்ததையும் நண்பர்கள் வழி அறிந்து மகிழ்ந்திருந்தேன். அவர்தம் கவிதையாற்றலைப் பயன்படுத்திக் கொள்ளும் வண்ணம் அவர்தம் கவிதைகளைக் கண்ணியம் இதழில் அவ்வப்பொழுது வெளியிட்டு அன்பர்களுக்கு அவற்றை வழங்கினேன். அத்தகு சிறப்பிற்குரிய பெரும்புலவரின் வரலாற்றையும், வாழ்வையும் கண்ணியம் இதழில் நினைவூட்டி எழுதுவதில் மகிழ்கிறேன்.

தங்கப்பா அவர்கள் நெல்லை மாவட்டம், தென்காசி வட்டம், குறும்பலாப்பேரி என்னும் ஊரில் 08.03.1934-இல் பிறந்தவர். பெற்றோர் ஆ.மதன பாண்டியன், ம.இரத்தினமணி; இலெனின் தங்கப்பா என்பது பெற்றோர் இட்ட பெயர். அது சுருங்கி ம.இலெ. தங்கப்பா என அழைக்கப்படுகிறார். வழுதி, செந்தேள், கிண்டற்பித்தன் என்னும் புனைபெயர்களும் இவருக்கு உண்டு. தங்கப்பா இளங்கலைப் பட்டத்திற்குப் பொருளியல் பாடத்தைப் படித்தவர். அதன் பின்னர் முதுகலை தமிழ் பயின்றவர். உயர்நிலைப்பள்ளி ஆசிரியராக 1954 – 1968 வரையிலும் 1968 – 1994 இல் கல்லூரித் தமிழ் விரிவுரையாளராகவும் பணியாற்றினார். 1968 முதல் புதுவை மாநிலத்தில் பணியேற்று அது முதல் புதுவையில் வாழ்ந்து வருகிறார். 7, 11-ஆம் குறுக்கு, அவ்வை நகர், புதுச்சேரி -8. தொலைபேசி 0413 - 2252843. இவர் பாடல் எழுதுதல், கட்டுரைகள் வரைதல், மொழிபெயர்ப்புப் பணி, சுற்றுச்சூழல் விழிப்புணர்வைப் பெருக்குதல், மனிதர்களிடம் நல்லுறவு உண்டாகப் பாடுபடுதல், தமிழ் நலத்திற்கு உழைத்தல் முதலான பணிகளில் ஈடுபட்டுள்ளார்.

தங்கப்பா ஏற்றுக் கொண்ட ஆசிரியர் பணியைத் திறம்படச் செய்ததுடன் நாற்பதிற்கும் மேற்பட்ட நூல்களைத் தமிழிலும், ஆங்கிலத்திலுமாகத் தந்துள்ளார். தங்கப்பாவைப்போல் வாழ்வியல் பற்றி உணர்ந்தவர்கள் இருபதாம் நூற்றாண்டில் மிகக் குறைவு எனலாம். பரபரப்பும் போட்டியும் நிறைந்த உலகத்தில் அமைதியான வழியில் எளிமையைப் போற்றுவதிலும், கொள்கை வழியில்

நிற்பதிலும் தங்கப்பா முக்கியமானவர். இவர் எழுதிய குழந்தைப் பாடல்கள் யாவும் உயிரோட்டம் நிறைந்தவை, சிறுவர்களின் மன உணர்வு புரிந்து எழுதப்பட்டவை; இயற்கை ஈடுபாட்டை வளர்ப்பவை; அறிவுரைக் கூறுகள் தவிர்க்கப்பட்டு முழுவதும் இயல்பான நடையில் பாடப்பட்டவை. இந்த நூல்களில் உள்ள பாடல்கள் யாவும் பாட நூல்களில் இடம்பெறத் தக்கவை. பல பாட்டு நூல்களைத் தாமே வெளியிட்டும் பல நூல்களை வெளியிடாமல் கைப்படிகளாகவும் வைத்துள்ளார். வணிகச் சந்தையில் நுழைய முடியாதபடி இவரின் தன்னடக்கம் அமைந்து விட்டது. எங்கள் வீட்டுச் சேய்கள் (1973), மழலைப் பூக்கள் (1983), இயற்கை விருந்து (1991) என்பன மிகச் சிறந்த சிறுவர் பாடல் தொகுதிகள் ஆகும். அதுபோல் பாடுகின்றேன், தேடுகின்றேன், ஆந்தைப் பாட்டு, அடிச்சுவடுகள், புயற்பாட்டு, வேப்பங்கனிகள் முதலான பாட்டு நூல்களையும் தந்துள்ளார். தாம் உணர்ந்த வாழ்வியல் உண்மைகளை நூல்களாக எழுதி, நுண்மையை நோக்கி, எது வாழ்க்கை, பாட்டு வாழ்க்கை எனும் பெயர்களில் வெளியிட்டுள்ளார். தங்கப்பா ஆங்கில மொழியில் வெளியான பிறமொழிப் பாடல்கள் பலவற்றைத் தமிழில் மொழிபெயர்த்து வழங்கி உள்ளார்.

தமிழின் சங்க இலக்கியப் பாடல்கள் பலவற்றை மொழி பெயர்த்து 'Hues & Harmonies From An Ancient Land' எனும் பெயரிலும், திருவருட்பாப் பாடல்களை, 'Songs of Grace' எனும் பெயரிலும், பாவேந்தர் பாரதிதாசன் பாடல்களை Selected poems of Bharathidasan, House of Darkness (இருண்ட வீடு) எனும் பெயர்களிலும் தந்துள்ளார். இவை யாவும் உலகத்தரம் வாய்ந்த மொழிபெயர்ப்புகளாகும். உலகக் கவிஞர்கள், எழுத்தாளர்கள் இம்மொழிபெயர்ப்புகளை மதிக்கின்றனர். முத்தொள்ளாயிரப் பாடல்கள் பலவற்றை ஆங்கிலத்தில் மொழி பெயர்த்துள்ளார். இவையும் விரைவில் நூலாக வெளிவர உள்ளன.

தென்றல், வானம்பாடி (கோவேந்தன்), தென்மொழி, தமிழம், உரிமை வேட்கை, சிந்தனையாளன், தேனருவி, கைகாட்டி, கண்ணியம், மீட்போலை, தெளிதமிழ் முதலான தமிழ் ஏடுகளில் எழுதியுள்ளார். அதுபோல் *Caravan, Modern Rationalist, New Times Observor, Cycloflame (U.S.A.), Youth Age, Mother India,* முதலான ஆங்கில இதழ்களிலும் எழுதியுள்ளார்.

> "மரபுப் பாடல் செத்ததாய்ச் சொன்ன
> மடயன் எவனடா? –கொண்டுவா இங்கே!
> உரலில் அவன்தன் தலையைத் திணித்தே
> உலக்கைப் பாட்டால் இடிக்கலாம் வாராய்!"

என்று மரபுக் கவிதையின் மாட்சிமையைப் பாடும் தங்கப்பா, புதுவையில் அமைதியாக வாழ்ந்து வருகிறார். இவர்தம் துணைவியார் தடங்கண்ணி (விசாலாட்சி) அவர்கள். இவரும் தனித்தமிழ் உணர்வு மிக்கவர். தங்கப்பாவுடன் இணைந்து தமிழ்மொழிக்காகப் பல போராட்டங்களில் ஈடுபட்டுச் சிறை சென்றவர். இவர்தம் பிள்ளைகளின் பெயர்களாகச் செங்கதிர், இளம்பிறை, விண்மீன், மின்னல் என்பதை அறியும்பொழுது இவருடைய இயற்கையீடுபாடு தெளிவாக விளங்கும்.

தமிழுக்கும் தமிழ் இன மேம்பாட்டுக்கும் பணிபுரியும் இவருக்குப் பல விருதுகள் கிடைத்துள்ளன. பாவேந்தர் விருது (1991), பெரியார் விருது (1998), தமிழ்த் தேசியச் செம்மல் விருது (2002) என்பன குறிப்பிடத்தக்கன. புதுவை அரசு 2001 இல் இலக்கியத் துறைக்கு இவர் ஆற்றிய பணியை நினைத்து வழங்கிய 'கலைமாமணி' விருதினை அரசு தமிழ்நலம் பேணாமையைச் சுட்டிக் காட்டி அரசிடமே திருப்பிக் கொடுத்து விட்டார். இத்தகு மேலான உள்ளம் கொண்ட பேராசிரியர் தங்கப்பாவிற்குக் கண்ணியம் "வாழ்வியல் பேரறிஞர்" எனும் பட்டம் வழங்கி பாராட்டி மகிழ்கிறது.

வாழ்க தங்கப்பா ! வளர்க அவர்தம் தமிழ்ப்பணி!!

முனைவர் ஆ.கோ. குலோத்துங்கன், டி.லிட்.
15.04.2003
கண்ணியம் சமூக, கலை, இலக்கிய,
பல்சுவைத் திங்களிதழ்

★

தங்கப்பாவின் தமிழ்ப்பா

- பேராசிரியர் ப. மருதநாயகம்

தமிழ்மொழி, தமிழ் இனம், தமிழ்ப்பண்பாடு ஆகியவற்றின் நலனைப் பேண வேண்டும் என்ற நோக்கில் அவற்றிற்கு எதிரானவற்றைச் சாடுதல் பாரதிதாசனுக்குப் பிறகும் தொடர்ந்து ஓர் இன்றியமையாப் பாடுபொருளாக இருந்து வருகிறது. மரபுப் பாவலரானாலும் புதுப்பாவலரானாலும் இதனைப் புறக்கணிப்பார் மிகச்சிலரே.

தமிழகத்தில் தமிழ்மொழி பள்ளிகளிலும் கல்லூரிகளிலும் பயிற்று மொழியாகவும் தமிழகத்தில் ஆட்சி மொழியாகவும் தமிழரிடையே பிறமொழிக் கலப்பற்ற பேச்சு மொழியாகவும் இடம்பெற வேண்டும் என்றும் தமிழர் ஒருங்கு கூடித் தமிழ்ப்பண்பாட்டைப் பாதுகாக்கப் போரிட வேண்டுமென்றும் அறைகூவல் விடும் மரபுப் பாடல்களை எழுதுவதில் வெற்றி கண்டவர் இலெனின் தங்கப்பா. அகவல் பாவிலும் விருத்தப் பாவிலும் தேவைப்பட்டபொழுது குறட்பா, வெண்பாக்களிலும் தம் கருத்துகளை அழுத்தமாகவும் தெளிவாகவும் முருகியல் இன்பம் தரும் வகையில் வெளியிடுவதில் வல்லவர். இது பாரதிதாசனுக்கு விருப்பமான பாடுபொருள் ஆனாலும் அவரால் பலமுறைகளில் கையாளப்பட்டதாயினும் தங்கப்பா அவற்றின் தழுவல்களைத் தராது தம்முடைய தனி முத்திரை பதித்தவைகளையே வெளியிட்டு வருகிறார். இனம் காக்கும் போராட்டத்திற்குத் தம்மவரைத் தூண்டும்போது அவரது அறச்சினம் நாளுக்கு நாள் மிகக் காணலாம்.

யாதும்ஊர் யாவரும் கேளிர் எனும்கொள்கை
போதுமடா உன்கதவைப் பூட்டு!
நல்லவனாய் வாழ்ந்தன்றோ நாய்நரியை உள்ளிட்டாய்
வல்லவனாய் நீஎடுப்பாய் வாள்!

வெற்றலப்புச் சொற்களினால் வீண்பொழுதாம் போர் வினையால்
முற்றும் தமிழ்ப்பகையை மோது!
இந்திய வல்லாட்சி ஏமாற்றும் பேயாட்சி
செந்தமிழா நீஎழுந்து சீறு!
உன்இனம் காக்க ஒருங்கு திரண்டெழடா!
என்தமிழா தூங்கல் இழுக்கு.
திறந்த வீட்டுக்குள் தெருநாய்! விடாதே,
குறுந்தடி யால்அடித்துக் கொல்!
நீர்பங் கிடமறுத்தாய், நெய்வேலிக் குள்வரல் ஏன்?
கூர்கெட்ட தில்லிக்குக் கூறு!
காவிரிநீர் தாரார் கவினார் தமிழ்மதியார்
தீயர் கணக்கைமுற்றும் தீர்!
யானைமேல் கூழாங்கல் யாதுசெய்யும்? நீஎறிவாய்
கோணாமல் வேட்டெ∴கக் குண்டு!
சட்டம் அளித்த,மொழிஉரிமை யும்கோட்டை
விட்டாயேல் நீவாழ்தல் வீண்! *(தெளிதமிழ் 18.10.05)*

தமிழர்க்கு ஊறுசெய்யும் எல்லா அரசியல், சமுதாய நிகழ்வுகள் பற்றியும் அவ்வப்பொழுது எளிய, இனிய தமிழில் தம் கடுஞ்சினத்தை வெளிப்படுத்தும் வகையில் பாடல்கள் எழுதும் தங்கப்பா ஆங்கில வழிக்கல்வியும் பேச்சில் ஆங்கிலக் கலப்பும் அறவே தவிர்க்கப்பட வேண்டியவை என்பதைச் சுட்ட பல உத்திகளைக் கையாண்டு பாடல்கள் படைத்து வருகிறார்.

முன்னேற்றம், வளர்ச்சிஎனும் போர்வைக் குள்ளே
முதலாளி நிறுவனங்கள் கூடிக் கொண்டே
இந்நாட்டின் ஏழைமக்கள் நிலத்தை, நீரை,
இயற்கைவளம் அனைத்தையுமே உறிஞ்சு தற்கும்
முன்னேற்றப் பெருங்கல்வி, எனப்பு கழ்ந்து
முழுக்கயவர் ஆங்கிலம் கொண்டுஅடாத் தனத்தால்
இந்நாட்டின் பண்பாட்டை, மொழியைக் கொல்லும்
இழிசெயற்கும் வேறுபாடே ஒன்றும் இல்லை
செயற்கைமிகு நாகரிகம், தொழில்நு ணுக்கம்
சீர்பெற்று மேலோங்கி வருவ தெல்லாம்
இயற்கைதந்த நன்கொடைஎன் றுணராத் தீயர்
ஏறிவந்த ஏணியினை உதைத்தல் போலும்
வியப்புமிகும் அருஞ்சுவைஊண் விரும்பும் மூடர்
விதைநெல்லைக் குற்றியுண்டு கெடுதல் போலும்
அயற்பண்பாம் கிளைஏறித் தமிழ்த்தாய் என்னும்
அடிமரத்தை வெட்டுகின்றார், இவரும் வீழ்வார்! *(தெளிதமிழ் 17.08.05)*

ஆங்கிலேயர் பல ஆண்டுகள் ஆட்சி செய்து பின் விடுதலை அளித்துவிட்டுச் சென்ற நாடுகளிலெல்லாம் ஆங்கிலக் கல்வியும்

ஆங்கிலமொழி இலக்கியங்களும் தொடர்ந்து செல்வாக்குப் பெற்றிருப்பதை எதிர்த்துப் போரிடும் நிலையை எல்லா முன்னைக் குடியேற்ற நாடுகளிலும் காணலாம். ஆங்கிலத்தில் எழுத வேண்டியிருக்கிறதே என்று உள்ளம் குமுறுபவர்களையும் ஆங்கிலம் தெரிந்தாலும் அம்மொழியில் எழுத மாட்டோம் என்று கூறித் தம் தாய் மொழிகளிலேயே எழுதுபவர்களையும் உலக இலக்கிய அரங்கில் இடம் பிடிக்க வேண்டுமானால் ஆங்கிலத்தில்தான் எழுத வேண்டும் என்று அதனை விரும்பி ஏற்றுக் கொண்டவர்களையும் இந்நாடுகளில் காணலாம். ஆப்பிரிக்காவைச் சேர்ந்த அச்சிபி *(Achebe)*, சோயிங்கா *(Soyinka)* ஆகிய இருவரும் தங்களுடைய ஆங்கிலப் படைப்புகளுக்காக நோபெல் பரிசுகளும் பெற்றனர். இந்தியாவில் இச்சாதனையைச் செய்தவர் தாகூர் ஆவார். தமிழகத்தைப் பொறுத்தவரை, ஆங்கில வழிக்கல்விக்கு ஆங்கிலேயர் ஆண்ட காலத்திலேயே வேதநாயகம், பாரதி போன்றோர் எதிர்ப்பை வெளியிடத் தயங்கவில்லை. இருவரும் ஆங்கிலம் அறிந்தவர்களே. பாரதி ஆங்கிலத்தில் கவிதை எழுதும் ஆற்றலும் பெற்றிருந்தார். நாடு விடுதலை பெற்று முப்பது, நாற்பது ஆண்டுகள் கழிந்த பின்னரும் ஆங்கிலத்தின் பிடி தளரவில்லையென்பது கண்டு பொங்கியெழுந்தவர் தங்கப்பா.

அமிழ்ந்துஆழ்ந்து போன அடிமைத்தனம் மாறித்
தமிழர்தம் சொந்தத் தமிழுக்கு உரிமைகொண்டு வந்தால்
“தமிழைத் திணிக்காதே” என்றுஅலறும் பேர்வழிகள்
“தமிழர்அல்லர், பொய்யர்” எனச் சாற்றாய் தமிழ்மகனே
ஈங்கு மலர்ந்ததமிழ் எம்கல்விக்கு ஆகாமல்
ஆங்கிலம்தான் ஆகும்எனில் அஃதோர் மலைப்புளுகே
யாங்கும் உலகில் இதுபோல் நிலைஇல்லை
தீங்குடையார் சூழ்ச்சிஎன்று தேர்வாய் தமிழ்மகனே,
நல்லார்போல் பேசி நயமாய்த் தமிழ்க்கொலையை
எல்லாரும் ஏற்பதுபோல் இங்குப் புரிந்திடுவார்
வல்லார்தம் செய்தித்தாள் சூழ்ச்சி வலைப்பட்டால்
புல்லாகிப் போவோம் புரிவாய் தமிழ்மகனே,
வேற்றுமொழி ஒலியை இங்குஉன் மொழிப்புகுத்தி
“ஏற்றுக்கொள், நன்று” என்பர் “ஈ,ஈ,ஈ” என்றிளிப்பாய்.
மாற்றொலியைச் சேர்ப்பாரோ, ஆங்கிலத்துள்? ஆரியத்துள்?
தேற்றமிலாய், ஊர்க்கிளைத்தோன் நீயோ தமிழ்மகனே?

“ஊருக்கு இளைத்தவன் நீயோ...?” எனும் தலைப்புடைய இப்பாடலில் தமிழ்ப் பேச்சிலும் எழுத்திலும் ஆங்கிலமொழிச்

சொற்களைக் கலத்தலையும் அவ்வாறு மிகுதியாகக் கலப்பதோடு அச்செயலைச் சரியென்பாரையும் தமக்கே உரிய முறையில் கடுமையாகச் சாடுகின்றார். ஆங்கில வழிக் கல்வியால் தமிழ்ச் சிறுவர் அல்லல் உறுவதை இன்னொரு பாடல் படம் பிடித்துக் காட்டும். ஆங்கிலப் பள்ளிக்குப் போகும் சிற்றூர்ச் சிறுவனின் புலம்பலாக இது அமைகிறது.

அழுந்தி மூளை கெடுவ தற்கோ
ஆங்கிலப் பள்ளியில் என்னைச் சேர்த்தார்?
புழுங்கி வெந்து சாவ தற்கோ
புதைசெ ருப்புக் காலில் போட்டார்?
கழனி, தோப்புச் சுற்றி வந்தேன்
காடை, புறாக்கள் கண்டும கிழ்ந்தேன்
அழுநீ என்றா என்னைப் பெற்றோர்
ஆங்கிலப் பள்ளியில் சேர்த்துத் தொலைத்தார்.
உந்து வண்டி, நெருக்கி நசுங்கி
ஒன்பது கற்கள் மூச்சுத் திணறி
வந்து வந்து நாளும் படிப்பேன்
மலையைக் கல்லி எலியைப் பிடிப்பேன்,
தாய்மொழி நல்ல தமிழ்இ ருக்கத்
தாட்பூட் வேற்று மொழி எதற்கு?
பேய்பிடித் தாரோ பெற்றோர்? சொந்தப்
பிள்ளையைக் கடித்துக் குதறு கின்றார்?
உள்ளூர்ப் பள்ளியில் தமிழில் கல்வி
உண்ணுகின்றார் அள்ளி, அள்ளி
நள்ளி ருட்டில் குருட்டுக் கல்வி
நகரப் பள்ளி எரியும் கொள்ளி.

சிற்றூர்களில் வாழ்வார் பொருட்பற்றாக் குறையையும் பொருட்படுத்தாது தம் பிள்ளைகளை ஆங்கில மோகம் காரணமாக நகரப் பள்ளிகளில் சேர்த்துவிட்டு அவர்களுக்கு வழிகாட்ட இயலாதவர்களாக இருப்பதால் குழந்தைகள் படும் துன்பம் பெரிது. இத்தீமை, குமுகாயத்தின் மேல்தட்டிலிருப்பார் செயல்களால் வளர்ந்து வருவதையே கண்டிருக்கிறார்.

இந்திய நாட்டு விடுதலை தமிழக, தமிழின விடுதலைக்கு வழிவகுக்கவில்லையே என்பதும் தங்கப்பாவின் தாங்கொணாத் துயரமாகும். ஒன்றுபட்ட இந்தியா முன்னேறவில்லையே, தமிழனின் துன்பங்கள் தீர்ந்த பாடில்லையெ, தமிழர் வடவருக்கு அடிமையாகிக் கிடக்கின்றாரே என்றெல்லாம் அவலச்சுவை மிக்க பல பாடல்கள் அழுத்தமாக எடுத்துக் கூறும். ஒருமைப்பாட்டால்

தமிழன் படும்பாட்டை அழகிய உருவகம் கொண்டு விளக்குவார் ஒரு பாடலில்,

என்நண்பன் முத்தப்பன் விரிந்த நெஞ்சன்,
எள்ளளவும் பிளவுமனம் கூடாது என்பான்,
“என்வாழ்க்கை உன்வாழ்க்கை என்ப தென்ன?
எல்லோரும் ஒன்றாக வாழ்தல் வேண்டும்,
தன்னுரிமை கருதாமல் பிறர்க்கே வாழ்ந்து
தாழ்வதுதான் எல்லார்க்கும் நன்மை” என்பான்.
பின்னொருநாள் அவன் தோட்டம் ஒன்றமைத்தான்;
பெருமையினை விளம்புகிறேன் கேட்டுக் கொள்வீர்,
நெற்பயிரும் கோதுமையும் விதைத்தான் ஒன்றாய்;
நெடுவாழை கரும்புடனே விரவி நட்டான்,
தெற்குவளர் தென்னைகளின் நடுவில் நல்ல
தேயிலையைப் பயிர்செய்தான் வரகி னோடு
மற்றுமந்த மாந்தோப்பு நிழலின் ஊடே
மலைமுந்திரிப் பந்தல் அமைத்து விட்டான்
புற்களைகள் வளர்வதையும் பறிக்க மாட்டான்
புதர்எனினும் அதைவெறுத்தல் கூடா தென்பான்.
நெல்லுக்கு நீர்மிகுதி தேக்க மாட்டான்
நீர்மிகுந்தால் கோதுமைதான் அழுகும் என்பான்
நல்லபடி கரும்புயர வாழைக் கன்றை
நாலடிக்கு மேல்வளரக் கூடா தென்பான்
உள்ளபயிர் உடன்கலந்து வளர வேண்டும்
ஒவ்வொன்றும் தனிவளர்ச்சி அடையலாமோ?
எல்லா வகைப்பயிரும் பொதுவா கட்டும்
இதுவேதான் ஒருமைப்பாடு என்று சொன்னான்.
இவன்தோட்டம் கண்டவர்கள் “ஆகா” என்றார்
எத்தகைய விரிந்தவுளம் எனப்பு கழ்ந்தார்
கவின்நெல்லும் கோதுமையும் உரசிக் கொள்ளும்
கனிமங்கள் கைதழுவி நட்புச் செய்யும்
உவந்திருந்தான் முத்தப்பன் ஆனால் தோட்டம்
உருப்படவே இல்லை பலஆண்டு சென்றும்
அவிழவில்லை பொதிஏதும், கனிகாய் இல்லை!
அத்தனையும் நசுங்கிப்போய் விட்ட தாலே!

இந்தியத் துணைக் கண்டத்தில் இனங்கள் பல; மொழிகள் பல; பண்பாடுகள் பற்பல. பல நூற்றாண்டுகளாக வெவ்வேறு பழக்கவழக்கங்களைக் கொண்டிருந்த மக்கள் எவ்வாறு ஒருங்கிணைந்து வாழ இயலும் என்பது தங்கப்பா வினா. வலியச் சேர்க்கப்பட்டால் அவர்களது விடுதலை உணர்வு என்னாவது? விட்டுக்கொடுக்கும் மனப்பான்மை தமிழினத்தைத் தாழ்த்திவிட்டதே

என்பது அவர் முடிவு. உணர்வு வேறுபாடுகளே ஒன்றிணைக்கப்பட்ட நாடு முன்னேறப் பெருந்தடைகளாக இருக்கின்றனவென்பதையும், ஆண்ட தமிழினம் அடிமைப் பட்டு விட்டதையும் பாடல்களில் பல்வேறு உத்திகளைக் கையாண்டு வெளிப்படுத்துவார். விடுதலையற்ற தமிழினம் வீழ்ந்து போகட்டும், இயற்கை அதனைப் பூண்டோடு அழித்து விடட்டும் என்று கூறவும் அவர் தயங்குவதில்லை.

அன்னை இயற்கையே, ஆளும் பெருந்தலைவீ,
மன்னும்முறை ஒழுங்கால் வாழ்க்கை வகுப்பவளே,
மண்ணில் அறம்கெட்டால், மாண்பழிந்து தீங்கெழுந்தால்
உண்மைக்குக் கேடுவந்தால் உள்ளம் பொறுக்காமல்
சீறியெழும் வெம்புயலாய்த் தீப்பிழம்பாய், வல்லிடியாய்
மீறும் கொடுஞ்சினத்து மின்னிப்பொழிந்தழிக்கும்
ஓயாப் பெருமழையாய், ஓதக் கடல்கோளாய்த்
தீயைக் குழம்பாக்கிச் சிந்தும் எரிமலையாய்
ஆர்த்ததிர்ந்து தாக்கி அழிக்கும் நிலநடுக்காய்த்
தூர்த்தழித்துத் தீமை துடைத்துப் புதுஉலகம்
ஆக்கிப் படைக்கும் அருள்வடிவாய் நிற்பவளே,
தீக்கொழுந்தாய் நின்றுணர்வைத் தீய்த்துப் பொசுக்கிஎழும்
எண்ணக் குமுறலெல்லாம் எப்படிநான் தீர்த்திடுவேன்?
உன்னை அழைத்தே உரைக்கின்றேன், கேட்பாயே,
பொல்லார் பெருகுகையில் பொங்கி எழுந்துநீ
அல்லாத நீக்கி, அறம்காத்தல் மெய்என்றால்
இன்னலுற எம்தமிழர்க்கு இன்றுபிறர் இழைக்கும்
புன்மையெலாம் கண்டும்நீ பொங்கா திருப்பதுமேன்?
ஆயிர நூறாண்டாய், அயலார் நடுநடுங்கத்
தாய்மொழியால் ஆண்ட தமிழுலகம் இன்றையோ,
தீயவர்தம் சூழ்ச்சித் திறத்தால் அழியுதம்மா
வாய்மூடி ஏன்இருந்தாய்? வந்துசினம் காட்டாயோ?
தம்மை உணர தமிழர் நிலைகெட்டுப்
பொய்ம்மை வலைக்குள் புதைந்தார் தெளிவிழந்தார்.
மண்ணில் பிறந்துவளர மக்களுக்குள் தாய்மொழிமேல்
எண்ணம் உறாதோர் இருப்பாரோ? எம்தமிழர்
மட்டும் விதிவிலக்காய் மானம் அழிகின்றார்;
முட்டிஎழுந்து உன்சினம்தான் மூளா திருப்பதென்ன?

தங்கப்பா இறைவனையோ ஏதேனும் ஒரு சமயத் தெய்வத்தையோ வேண்டாமல் இயற்கையை வேண்டுகிறார். இயற்கையைப் “பெருந்தலைவீ!” என்றும், “அருள் வடிவாய் நிற்பவளே!” என்றும் அழைக்கிறார். மண்ணில் அறம்கெட்டால்,

இயற்கை புயலாகவோ, தீயாகவோ, இடியாகவோ, பெருமழையாகவோ, கடல் கோளாகவோ, எரிமலையாகவோ, நிலநடுக்கமாகவோ பேரழிவைச் செய்து புத்துலகம் படைக்கும் என்ற நம்பிக்கை அவருக்கிருப்பதுபோல் பேசுவார். தமிழர்க்கு இன்னல் விளைப்பாரை இயற்கை அழிக்காதிருப்பது ஏனென்று கேட்கும் பாவலர் அன்னார் மானம் அழிந்து மதிகெட்டுப் போனதையும் குத்திக் காட்டுகிறார். தமிழர்கள் மொழிப்பற்றும் இனப்பற்றும் இல்லாது வாழ்வது அவர் உள்ளத்தை வாட்டுகிறது. தமது எண்ணக் குமுறல்களை வெளியிட இயற்கையை முன்னிறுத்தும் பாடலை வண்ணத் தமிழில் வடித்தெடுக்கின்றார்.

அவ்வப்பொழுதைய நிகழ்ச்சி (*Occasional piece*) பற்றியதானாலும் இயற்கை, தமிழ் போன்றது குறித்த பாடுபொருள் பற்றியதானாலும் நிறைந்த கல்வியறிவு காரணமாக ஆழ்ந்து சிந்தித்துத் தங்கப்பா எழுதும் பாடல்கள் தோல்வியுறுவதில்லை. மரபுவழிவந்த யாப்பு வகையானாலும் பொருளுக்குப் பொருத்தமானதாகத் தேர்ந்தெடுத்துத் தமது பற்றையோ, சினத்தையோ, களிப்பையோ, வெறுப்பையோ ஐயமின்றி வெளிப்படுத்தும் சொற்களைக் கையாண்டு நைந்த பழம் உவமைகளை விலக்கி விரைந்து தாக்கும் புதிய உவமைகளால் தம் கருத்துகளை எடுத்துச் சொல்ல வல்லவர் தங்கப்பா. தமிழ்ப்பா மரபு தந்திருக்கின்ற யாப்பு வகைகள் யாவற்றின் ஆற்றலையும் அறிந்தவராதலால் புதிய உரைப்பா வகையை இவர் நாடுவதில்லை. தமிழ் இலக்கியங்களில் ஆழங்கால் பட்டவராதலால் தேவைப்பட்ட இடங்களில் அவற்றைத் தக்கவாறு பயன்படுத்திப் பாவுக்கு வளம் சேர்க்கும் கலையறிந்தவர். துறவியும் பெரிய மடமொன்றின் தலைவருமானவர் கூடாவொழுக்கம் காரணமாகச் சிறைப்பட்டபோது அவரைக் கண்டித்து எழுதிய பாடலில் “புதல் மறைந்த வேட்டுவன் காண்!” என்று அவரைப் பற்றி எச்சரிப்பார். புதல் மறைந்த வேட்டுவன் என்னும் மரபு உருவகம் அத்துறவி செய்த குற்றங்களைப் பட்டியலிடாமல் வெளிப்படுத்துகிறது.

> தவம்மறைந்து அல்லவை செய்தல் புதல்மறைந்து
> வேட்டுவன் புள்சிமிழ்த் தற்று, (274)

என்பது குறள். புறநானூற்றில் மாற்பித்தியார் எனும் பெண் புலவர் “இன்று துறவியாகக் காட்சியளிக்கும் இவன் இளமையில் பெண் மயில்களைச் சொல்வலை வீசிப் பிடித்தவன்”என்று ஒரு பாத்திரத்தைப் படைக்கிறார்.

கறங்கு வெள்ளருவி ஏற்றலின் நிறம்பெயர்ந்து
தில்லை யன்ன புல்லென் சடையொடு
அள்ளிவைத் தாளி கொய்யும் மோனே
இல்வழங்கு மடமயில் பிணிக்கும்
சொல்லலை வேட்டுவ னாயினன்.

(புறநானூறு 252)

தங்கப்பா பழந்தமிழ் இலக்கியப் பயிற்சி உடையவராதலால் இத்தகைய பொருள் பொதிந்த சுட்டுகளைக் கையாள முடிகிறது.

பாரதிக்குப்பின் தமிழ்க்கவிதை செத்துவிட்டது என்று சொல்வாரும் இருக்கின்றார்கள். அவர்கள் உண்மையை விரும்பாதவர்கள்; அல்லது உண்மையைக் காண மறுப்பவர்கள். பாரதியும் பாரதிதாசனும் செய்த பணி வீண்போகவில்லையென்பதை அவர்களின் தாக்கம் பல நூறு பாவலர்களிடையே தொடர்வதாலும் விரல் விட்டு எண்ணக்கூடிய பாவலர்களேனும் தம் தனி ஆளுமையை நிலைநாட்டியிருப்பதாலும் அறியலாம். நாம் மகிழ வேண்டிய இன்னொரு வரலாற்று உண்மையையும் இங்குக் குறிப்பிட வேண்டும். மேலை நாடுகளில் பல்வேறு குமுகாய, தனிமாந்த உளவியல் போக்குகளாலும் பேசும் படம், தொலைக்காட்சி போன்றவற்றின் தாக்கத்தாலும் பாடலே கொல்லப்பட்டு விட்டதோ என்ற ஐயம் எழூம் அளவிற்குப் பாடல்கள் எழுதுவதிலும் படிப்பதிலும் உள்ள ஆர்வம் குறைந்து விட்டது. ஆனால் தமிழைப் பொருத்தமட்டில் அது பேசப்பெறும் இடங்களிலெல்லாம் குறிப்பாகத் தமிழகம், புதுவை, தமிழ் ஈழம் ஆகியவற்றிலும் தமிழ்ப்பா வியத்தகு பேரளவில் எழுதப்பெற்றும் படிக்கப்பெற்றும் வருகிறது. தொடர்ந்து நடத்தப்பெறும் பாட்டரங்கங்களுக்குக் கூட்டம் இருக்கிறது. பாடல் பற்றிய கருத்தரங்குகள் நடைபெறுகின்றன. பாடல் அச்சிடுவதோடு பா இலக்கணம் கற்பித்துப் பாப் பயிற்சி தரும் சிற்றிதழ்கள் விற்பனையாகின்றன. இவையெல்லாம் பாரதி, பாரதிதாசனுக்குப் பின்னும் தமிழ்ப்பா வாழ்ந்து வளர்ந்து வருகிறது என்பதையே காட்டும்.

-முதன்மொழி
பிப்ரவரி 2014.

★

பாரதியாரின் குயில்பாட்டும் தங்கப்பாவின் ஆந்தைப்பாட்டும்

— பேரா. க. பஞ்சாங்கம்

மனிதர்களின் உடலும் உள்ளமும் இடத்தாலும் காலத்தாலும் நிர்ணயிக்கப்படுபவை. எனவேதான் தொல்காப்பியரின் தமிழ்மரபு, இவை இரண்டையும் முதற்பொருள் என முன்மொழிந்து கொண்டாடுகிறது. ஆகவே பாரதியாரின் குயில் பாட்டையும் தங்கப்பாவின் ஆந்தைப்பாட்டையும் ஒப்பிட்டுச் சொல்லாடல் புரிவதற்கு முன்பு அவைகளின் இடத்தையும் காலத்தையும் தெரிந்து கொள்வது அடிப்படைத் தேவையாகும். பாரதியாரின் குயில்பாட்டு, *1914-1915* ஆம் ஆண்டில் எழுதப்பட்டிருக்கலாம்; ஏனென்றால் பாரதியார் காசியில் வாங்கிய நோட்டுப் புத்தகத்தில் அதை எழுதியுள்ளார்; அதன் முகப்புப் பக்கத்தில் '*1914-15*' என்று தெரிவித்துள்ளார். மேலும், *1913-க்கும் 1915-க்கும் இடைப்பட்ட காலத்தில் தான் எழுதிய* "My Journal of lights and deeds" *என்ற குறிப்பில் (ப.94) குயில் -* 'to be finished' *என்றும் எழுதியுள்ளார். (பாரதி பாடல்கள் ஆய்வுப்பதிப்பு - தமிழ்ப் பல்கலைக் கழகம், 1987 ப.1041)* பாரதியாருக்கு அப்பொழுது வயது *32* அல்லது *33* இருந்திருக்கலாம். தங்கப்பாவின் *(1934)* ஆந்தைப்பாட்டு அவருடைய 21-ஆம் வயதில் எழுதப்பட்டுள்ளது. ஆந்தைப்பாட்டு, *முன்னுரை, 1983).*

பாரதியார் புதுச்சேரி வாழ்வின் போது *(1908-1918)* இதை - என்ற தலைப்பில் வெண்டளையில் ஆன கண்ணிகளால் '744' பாடல்கள் எழுதியுள்ளார். தங்கப்பாவும் அதே வெண்டளையாலான கண்ணிகளால் *1040* வரிகள் "ஆந்தைப்பாட்டு" என்ற தலைப்பில் எழுதியுள்ளார்; பாரதியாரின் குயிலைக் 'குறுங்காவியம்' என்ற

வகையில் சேர்க்கின்றார் ஆய்வுப் பதிப்பாசிரியர் ம. ரா. போ. குருசாமி. எனவே ஆந்தைப் பாடலையும் குறுங்காவியம் என்ற வகையில் சேர்க்கலாம்.

பாரதியாரின் குயில்பாட்டு '1914-1915'-ஆம் ஆண்டுகளில் எழுதப்பட்டாலும், 1923-இல் தான், பாரதி பிரசுராலயத்தாரால், குயில்பாட்டு, கண்ணன் பாட்டு, பாரதி அறுபத்தாறு என்று மூன்று பாடல்களின் தொகுதிகளில் ஒன்றாக வெளியிடப்பட்டது. (அதே ஆய்வுப் பதிப்பு, ப.1041) தங்கப்பாவின் "ஆந்தைப்பாட்டு", பாளையங்கோட்டையில் அவர் பயிற்சி ஆசிரியராக இருக்கும்போது 1955-இல் எழுதப்பட்டு, முதலில் 1958-இல் கோவேந்தன் நடத்திய "வானம்பாடி" – இதழிலும், பின்பு 1964-இல் பெருஞ்சித்திரனாரின் தென்மொழியிலும் வெளிவந்து, 1983-இல் தான் நூலாக ஆசிரியரின் 50-ஆவது வயதில் வெளிவந்துள்ளது; பாரதியாரின் 'குயிலும்' ஒருமுறை எழுதப்பட்டு, பின்பு அவராலேயே திருத்தத்திற்கு உட்பட்டுள்ளது; சில வரிகளை நீக்கியும் உள்ளாரெனத் தெரிகிறது. தங்கப்பாவும் தான் மீண்டும் திருத்தியதைக் குறித்துக் கீழ்க்கண்டவாறு பதிவு செய்துள்ளார்:

"இப்பாட்டு இடை இடையே பல திருத்தங்களைப் பெற்றுள்ளது; இளமையில் (21) வயதில் எழுதிய ஒரு பாடலை அதன் முதிராமை அப்படியே இருக்கும்படி விட்டுவிடாமல் பின்னால் (50 வயதில்) திருத்துவது சரியா தவறா என்று இன்னும் என்னால் கூற முடியவில்லை. திருத்தங்கட்கிடையிலும் முதிர்ச்சியின்மை ஓரளவு தெரியத்தான் செய்கிறது. மிகச் சில இடங்களில் பின்பு திருத்தம் பெற்ற சில பகுதிகள் தவிர்க்கப் பெற்றுப் பழைய வடிவமே மீண்டும் தரப்பட்டுள்ளது"

(முன்னுரை, ப.6)

பாரதியாரின் ஆய்வுப்பதிப்பாளர், பாரதியின் கையெழுத்துப் பிரதியைப் பார்த்துப் பதிப்பித்துள்ளதால், பாரதி எந்தெந்த இடங்களில் திருத்தி உள்ளார்; எந்தெந்த இடங்களை வேண்டாமென்று அடித்துள்ளார் என்ற தகவல்களையும் பக்கந்தோறும் பதிவு செய்துள்ளார். தங்கப்பா பதிப்பில் இத்தகைய தகவல்கள் இடம்பெறவில்லை; கையெழுத்துப் பிரதியோடு ஒப்பிட்டு, ஆந்தைப்பாட்டு அடைந்த மாற்றங்களோடு பதிப்பித்தால், ஒரு 'பிரதி' என்பதும் எப்படி நிலையான ஒரு 'புள்ளியில்' நில்லாமல் இயக்கத்திலிருக்கிறது; மாற்றத்திலிருக்கிறது என்பதைப்

புரிந்துகொள்ள எதிர்காலப் பிரதியியல் ஆய்வாளர்களுக்குப் பெரிதும் பயன் உள்ளதாக இருக்கும்.

★ பாரதியார், தங்கப்பா இருவருமே திருநெல்வேலி மாவட்டத்தைச் சேர்ந்தவர்கள்; பாரதியார் பிறந்த ஊர் எட்டையபுரம் என்றால், தங்கப்பாவின் சொந்த ஊர் குறும்பலாப்பேரி; பாரதியார் ஆங்கிலேயர் ஆட்சியில் பாதுகாப்புத் தேடிப் புதுச்சேரியில் பத்து ஆண்டுகள் வாழ்ந்துள்ளார் என்றால், தங்கப்பா வேலை தேடி, ஆசிரியர் பணி கிடைக்கவே 1959-இல் புதுச்சேரியில் வாழ்வதைத் தொடங்கி இன்று (2006 வரை) இங்கேயே வாழ்ந்து கொண்டிருக்கிறார்; இலக்கியம் குறித்த இந்தியச் சிந்தனை மரபிற்கு ஏற்ப, இருவருமே "பாட்டுத்திறத்தாலே இவ்வையத்தைப் பாவித்திட வேண்டும்" என்ற குறிக்கோள் அடிப்படையில் இலக்கியத் தளத்தில் இயங்கியவர்கள். பாரதியாரும் திருநெல்வேலியில் படித்தவர் (ஐந்தாம் பாரம் வரை-அதாவது, இன்றைய பத்தாம் வகுப்பு வரை) தங்கப்பாவும் திருநெல்வேலியில் படித்துப் பட்டம் பெற்றவர். பாரதியார் மதுரையில் ஏறத்தாழ மூன்று மாதங்கள் ஆசிரியர்ப் பணி அனுபவம் பெற்றவர்; தங்கப்பா 1959-இல் பள்ளி ஆசிரியராகத் தொடங்கி, 68-இல் கல்லூரி ஆசிரியராக மாறி, வாழ்ந்தவர். தத்துவத்தளத்தில் இருவருமே மனிதநேயக் கோட்பாட்டாளர்கள்; மேலும் தனிமனிதத் தத்துவத்தை முன்நிறுத்தும் கருத்து முதல்வாதிகளாகத்தான் விளங்குகின்றனர்; இப்படிச் சில ஒற்றுமைகளைத் தவிர, வேற்றுமைக்கூறுகளையே அதிகமாகக் கொண்டவர்களாகத் தென்படுகின்றனர்.

★ முதலில், இந்தியச் சமூக அமைப்பின் அடிப்படை அலகாகவும், ஆதிக்க வடிவமாகவும் விளங்குவது சாதியப் படிமுறை ஆகும்; அந்த அமைப்பில் பாரதியார் உயர்சாதியைச் சேர்ந்த பிராமணர் என்றால், தங்கப்பா பிராமணர்களாலும் - உயர்சாதிக்காரர்களாலும் தீண்டத்தகாதவர்களாக நடத்தப்பட்ட பிற்படுத்தப்பட்ட சாதிப் பிரிவுகளில் ஒன்றைச் சேர்ந்தவர் (நாடார்). அடுத்து, பாரதியார் சைவமரபில், அதுவும் வீர சைவமரபுச் சூழலில்,

பிறந்து வளர்ந்தவர்; தங்கப்பா, ஆங்கிலேயர் ஆட்சியினால் மதம்மாறிய கிறித்துவக் குடும்பப் பின்னணியில் வளர்ந்தவர்; ஆனாலும் மதவாழ்வைத் துறந்தவர்; பாரதியாரிடம் எம்மதமும் சம்மதம் என்கிற சமயப்பார்வை வெளிப்பட்டாலும் இஸ்லாம், கிறித்துவம் குறித்துப் பலபடப் பெருமையாகப் பேசினாலும், சமகால அரசியல் சூழலின் அழுத்தத்திற்கேற்பத் தன்னை ஓர் 'இந்து' என்று அழுத்தமாக உணர்கிற மன அமைப்பைக் கொண்டவர்; ஏறத்தாழ காந்தி போல; அதுபோல மனித வாழ்வை எழுதும் 'மொழி' குறித்தும் இருவருக்கும் இருவேறு பார்வை அமைந்துள்ளது. பாரதியார், "தமிழ்மொழிபோல் இனிதாவது எங்கும் காணோம்" என்று கூறினாலும் சமஸ்கிருத மொழியின் பெருமை, முதன்மையை மறுக்காதவர்; ஆனால் தங்கப்பா தமிழை மட்டுமே முதன்மைப்படுத்துபவர்; சமஸ்கிருத மேலாண்மைக்கு எதிரான நிலைப்பாடு கொண்டவர்; தனித்தமிழ் இயக்கத்தைச் சார்ந்தவர். அதுபோலவே சாதிக் கட்டுமானத்தில் பல அனுகூலங்களைப் பிராமணர்கள் பிறப்பினாலேயே அனுபவிப்பதற்கான ஓர் ஏற்பாடாக உருவாக்கப்பட்டுள்ள "நால்வருணப் பாகுபாட்டில்" ஓர் தத்துவார்த்த ஒழுங்கு இருப்பதாகப் பாரதி நம்பினார்; அதனால்தான்,

"நாலு குலங்களமைத்தான் – அதை
நாசமுறப் புரிந்தனர் மூடர்கள்"

(கண்ணன் பாட்டு, கண்ணன் என் தந்தை பா.எ.)

என்று எழுதுகிறார்; அதாவது அது ஒரு நல்ல அமைப்புதான்; மனிதர்களின் அறியாமைதான் அதை அசிங்கப்படுத்திவிட்டது என்ற காந்தியடிகளின் கருத்தை முன் வைப்பவராக இருக்கிறார்; ஆனால் தங்கப்பா பிராமணர்களின் அனைத்துக் கருத்தியலும், அவர்கள் நலம் ஒன்றையே கருதிக் கட்டமைக்கப்பட்டவை; அவற்றை அழித்தொழிக்காமல் தமிழ்ச்சமூகத்திற்கு விடுதலை இல்லை என்ற கருத்தை வலியுறுத்தி வருபவர்.

தன் காலச்சமூகத்தின் தலைமைக் கருத்தியலாகப் பரவிக் கொண்டிருந்த "இந்திய தேசியம்" என்கிற புதுப்புனைவிற்குத் தன்னை ஒப்புக்கொடுத்து அதைப் "புதிய நெருப்பு, அதுதான் எனக்குள் புதிய உலகத்தைச் சமைத்தது" என்று பாரதியாரே பதிவு

செய்கிறார்; ஆனால் தங்கப்பா பெரியாரின் "சுயமரியாதை இயக்கம்"(1925) தமிழகத்தில் ஒரு தீப்போல, பிராமணர் அல்லாதார் நடுவில் பரவிக் கொண்டிருந்த காலகட்டத்தில் பிறந்து வளர்ந்தவர் என்பதால், தமிழ், தமிழினம் என்று தமிழ்த் தேசியத்தை முன்னிலைப்படுத்தி இயங்கியவர். முக்கியமான மற்றொரு வேறுபாடு, இளம் வயதிலேயே பாரதியார் சிறுமி ஒருத்தியிடம் காதல் கொண்டு, அதை நிறைவேற்ற வலுவின்றி, தந்தையின் கட்டாயத்தால், கடமை ஒன்றாகவும் காதல் வேறாகவும் பிளந்துபோன மன அமைப்பிற்குள் சிக்கிக் கொண்டவர்; (சான்று பாரதியாரின் 'கனவு' 1910இல் எழுதியது) இந்தப் பிளவுண்ட மனம்தான் அவரின் 'குயில் பாட்டிற்கு' ஆதார சக்திக் கிடங்காக நின்று வினைபுரிந்துள்ளது என்று ஒருவர் விளக்கிப் புரிந்துகொள்ளவும் கூட வாய்ப்பு இருக்கிறது; தங்கப்பாவும் காதல் வயப்பட்டவர்தான் என்றாலும் பல ஆண்டுகள் காத்திருந்து , அதில் வெற்றிபெற்று காதலித்தவரையே வாழ்க்கைத் துணையாக்கிக் கொண்டவர்; அந்த வாழ்க்கைத் துணைவியார் பாரதியாரின் சாதியைச் சேர்ந்தவர் என்பதும் இன்றியமையாத ஒரு செய்தியாகும். அதுவும் இவர் 'இந்தி மொழி' ஆதிக்கத்தை எதிர்ப்பவர்; காதலியோ இந்திமொழி ஆசிரியர் என்பதும் குறிக்கத்தக்க ஒரு தகவலாகும்.

★ இவ்வாறு 'பிரதிக்கு' வெளியே இருவருக்குமான ஒற்றுமை, வேற்றுமையினை அடையாளம் காண முடிகிறது. இது போலவே பிரதிக்குள்ளேயும் இரண்டு பிரதிகளுக்குமான ஒற்றுமை வேற்றுமைகளை இனிக் காணலாம்.

பாரதியாருடைய 'குயில் பாட்டிற்கு' எது உந்துதலாக இருந்தது என்பதைப் படைப்பாளி வாயிலிருந்து அல்லது எழுத்திலிருந்து நாம் அறிந்துகொள்ள இயலவில்லை. ஆனால் தங்கப்பாவின் ஆந்தைப் பாட்டிற்குப் பாரதியாரின் குயில்பாட்டே உந்துதலாக இருந்துள்ளது. இன்னுஞ் சொல்லப் போனால், குயிலை விட ஆந்தை என்ன தாழ்ந்தது? ஏன் அதன் குரலைச் சுவைக்க முடியாது? என்கிற எதிர்நிலையான எண்ண ஓட்டத்தில் உருவெடுத்தது ஆந்தைப்பாட்டு; அவரே இதைப் பதிவு செய்துள்ளார்.

"குயில்பாட்டுக்கு மறுதலையானதொரு போக்கில் எழுதிப் பார்க்க வேண்டும் என்ற இளமைத் துடுக்கிலேயே இப்பாடல் எழுந்ததாகும்."
(முன்னுரை – 3)

ஆனாலும் குயில்பாட்டைப் பார்த்து எழுதியதுதான் என்பதையும் சொல்லி விடுகிறார்.

பாரதியாரின் குயில்பாட்டைப் போன்ற ஒரு கற்பனையே இந்த ஆந்தைப்பாட்டு. "போலச் செய்தல்" என்ற உத்தியில் அமைந்தது எனலாம்; நடையிலும் அமைப்பிலும் குயில்பாட்டைப் பின்பற்றினாலும், கருத்திலும் கற்பனையிலும் அதனிலிருந்து பெரிதும் மாறுபட்டது..." *(ப. 3)*

இவ்வாறு மறுதலையாக எழுதுவது, 'போலச் செய்வது', தழுவி எழுதுவது, மொழிபெயர்க்க முயல்வது, 'காப்பி 'அடிப்பது, திருடுவது, உட்பட எல்லாச் செயல்களுமே ஒரு பிரதியின் செல்வாக்கிற்கு உட்பட்டதை வெளிப்படுத்தும் பல்வேறு வகையான தடயங்களே ஆகும். எனவே ஆந்தைப்பாட்டு, குயில்பாட்டின் செல்வாக்கில் உருவானதே என்பதை ஒப்பிலக்கியக் கோட்பாடுகளுள் ஒன்றான தாக்கக் கோட்பாட்டின் அடிப்படையில் உறுதியாகச் சொல்வதற்கு ஆசிரியர் கூற்றே சான்றாக அமைகிறது;மேலும் பிரதிக்குள்ளேயும் இந்தக் குயில்பாட்டின் செல்வாக்கினை – தாக்கத்தினை அடையாளம் காண முடிகிறது.

குயில் பாட்டுப் போலவே ஆந்தைப் பாட்டும் வெண்டளை களாலான கண்ணிகளாலானது. இது போலவே காவியத்திற்குள்ளும் ஒற்றுமைகள் உண்டு. இரண்டுமே கனவுக் காட்சிகளாக முடிகின்றன. இரண்டிலுமே பறவைகள் பெண்ணுருவம் எடுத்துத் தன் பழம்பிறப்புக் கதையைச் சொல்லுகின்றன; பாரதியார் கருங்குயிலை முத்தமிட்ட கணத்தில், ஆசைக்கடலின் அமுதமாய், அற்புதத்தின் தேசமாய், தெய்வீகக் காட்சியாய் ஒரு பெண்ணைப் பார்க்கிறார். புள் வந்து தோளைத் தழுவியவுடன் சொல்லிடங்கா அன்புணர்வில் அதனைத் தோளோடு தங்கப்பா மெல்ல அணைக்கிறார்; அந்தக் கணத்தில் அழகுப் பெண்ணைப் பார்க்கிறார்; இந்தக் காட்சியை அமைக்கும் வரிகளில் கூடப் பாரதியின் செல்வாக்கினைத் தங்கப்பாவின் வரிகளில் காணமுடிகிறது; பாரதியார் இவ்வாறு எழுதுகிறார்;

> ... முத்தமிட்டேன், கோகிலத்தைக் காணவில்லை"

தங்கப்பா எழுதுகிறார்:

> 'ஆந்தையை நான் காணவில்லை ; அன்பின் ஒளிவழிகள்
> நீந்தி அலைபாயும் நேரிழையை முன்கண்டேன்'

இவ்வாறு பல இடங்களில் குயில்பாட்டின் நடைப் போக்கினை ஆந்தைப்பாட்டில் பார்க்க வாய்ப்பு இருக்கிறது,

★ இரண்டு காவியங்களும் ஆண் ஆதிக்கச் சமூகத்தில் பெண்ணின் நிலையை எடுத்துரைத்துப் பெண்ணுக்குச் சார்பான உரையாடலை உருவாக்குவதை அடிப்படை நோக்கங்களுள் ஒன்றாகக் கொண்டிருப்பதை வாசகர் மிக எளிதாகக் கண்டு கொள்ளலாம். மாடர்ன், நெட்டைக்குரங்கன், சேர இளவரசன் ஆகிய மூன்று ஆண்களுக்கு நடுவில் சிக்கித் தவித்து வாழ்விழந்து போன 'சின்னக்குயிலி' என்ற வேடன் மகளின் கதையாக அமைகிறது பாரதியாரின் பழம்பிறப்புக்கதை. அதேபோல் அழகில்லை, கறுப்பு, அதற்கும் மேலாக வரதட்சணையாக இரண்டு காணி நிலம் கொடுக்க வக்கில்லை ஆகிய காரணங்களால் இல்லற வாழ்க்கையை இழந்த பெண்ணொருத்தி, மேலைநாட்டுப் பெண்கள் போலத் துறவு பூண்டு, பொதுத்தொண்டு செய்ய விழைந்து வீட்டைவிட்டு வெளியேறும்போது, இவளை வேண்டாமென்று சொன்ன அதே ஆண் மகன், வேறு ஒரு பெண்ணை மணம் முடித்துக்கொண்ட அதே மகன், அவளைப் பாலியல் வன்முறைக்கு உட்படுத்திக் கெடுத்துவிடுவதனால் மடுவில் வீழ்ந்து வாழ்க்கையை முடித்துக் கொள்வதாக அமைகிறது தங்கப்பாவின் பழம் பிறப்புக்கதை. எனவே இரண்டுமே ஆண் நலத்திற்கு ஏற்பக் கட்டமைக்கப்பட்டுள்ள இந்தச் சமூக அமைப்பில் வந்து பிறக்கும் பெண்களின் வாழ்க்கை, எத்தகைய அவலத்திற்குரியதாக இருக்கிறது என்பதை விளக்கும் ஒரு கோணத்தில் எடுத்துரைக்கின்றன என்பதை அறியமுடிகிறது.

★ இவ்வாறு பல இடங்களில், பல தளங்களில் பாரதியாரை ஒட்டியே தங்கப்பாவின் காவியமும் நகர்கிறது என்றாலும், தங்கப்பாவின் தனித்தன்மையையும் ஆந்தைப்பாட்டில் இடம் பெறாமல் இல்லை; எனவே குயில்பாட்டில் இருந்து வேறுபடும் இந்தக் கூறுகளை அடையாளம் காண முயல்வதும் ஒப்பிலக்கியப் பார்வையின் ஒரு செயல்முறையாகும்; இனி அவற்றைக் காணலாம்.

படைப்பாளி என்று தன்னை அழைப்பதைவிடச் சிறந்த மனிதர் என்று தன்னை அழைப்பதையே தங்கப்பா விரும்புவார். இந்த விருப்பத்திற்காகப் படைப்பைக் கூடத் துறந்துவிட அவர் தயங்க

மாட்டார்; அன்பு, ஒழுக்கம் ஆகியவற்றை எதற்காகவும் விட்டுக் கொடுத்துவிட முடியாது என்பதுதான் தங்கப்பாவின் அனைத்துவகையான எழுத்துக்குள்ளும் அடிப்படை ஆன்மாவாகத் துடித்துக் கொண்டிருப்பது; ஆனால் பாரதியாரை எடுத்துக்கொண்டால், 'படைப்பு முயற்சியின் உச்சக்களிப்பில்' திளைக்கும்போது, அவரே ஓரிடத்தில் கூறுவதுபோல "காவல், கட்டு, விதி, வழக்கு, என்றிடுங் கயவர் செய்திகள் ஏதும் அறிந்திடாத" (கனவு, பா.எ.17) ஒரு நிலைக்குச் சென்று எல்லா வற்றையும் உதிர்த்துவிட்டு புத்தன் கூறுவதுபோல் நிர்வாண நிலையை அடைந்துவிடக் கூடியத் தீவிரம் மிக்கவராக வெளிப் படுகிறார். என்னுடைய இந்த மதிப்பீட்டை, ஒரு காட்சியை இருவரும் எப்படிச் சித்திரிக்கிறார்கள் என்பதை எடுத்துச்சொல்வதன் மூலம் என்னால் ஓரளவு நிலைநிறுத்த முடியுமென்றே நம்புகிறேன்.

ஆந்தை தன் பழங்கதையைச் சொல்லியபிறகு, சமுதாயத்தைச் சீர்திருத்த முயலுங்கள் என்று அறிவுரை கூறிவிட்டுப் பறக்கத் தொடங்குகிறது; உடனே கதைசொல்லியாகிய ஆசிரியர் பதை பதைத்துச் சொல்லுகிறார்:

> "ஆந்தை நில்லாய்; என் அன்பைக் கிளர்வித்தாய்
> சேர்ந்து பணி செய்யால் செல்ல நினைப்பதென்ன?
> உன்னை நான் கண்டதுமே உள்ளத்தில் 'நட்புணர்ச்சி'
> முன்னுவரக் கண்டேன்; முழுதாய் உனைவிழைந்தேன்;
> என்று நெகிழ்ந்துரைத்தேன்; ஏக்கமுற்று நின்றுவிட்டேன்.
> துன்றுமந்தப் புள்வந்தென் தோளைத் தழுவியதே"

(996 - 1000)

புள்தான் வந்து இவர் தோளைத் தழுவியது என்கிறார்; தழுவியவுடன் ஒரு பெண்ணைப் பார்க்கிறார்;

> "நங்கை முகத்தில் எழில் நான்காணேன் என்றாலும்
> மங்காத 'உள்ளழகின்' மாட்சியங்குக் கண்டேனே"

இதுதான் ஒழுக்கப் பார்வை நிகழ்த்துகிற லீலை; மீண்டும் அந்தப் பெண் பறவையாகி விடுகிறாள்; பறவையாகிப் பகர்கிறது அந்தப் பறவை

> ...மீண்டும் மங்கைநிலை எய்திநான்
> உற்றதரை வாழ்வில் உவக்கும் நினைப்பில்லேன்...
> என் வாழ்க்கை உம்மில் இணைவதும் தேவையில்லை
> அன்பொன்றே போதும்; அதனில் நிலைத்திருப்பீர்...

தாழச் சிறைவிரித்துத் தாவிப் பறந்ததுவே.
ஆவி தளர்வுற்றேன்; அன்பில்லா இவ்வாழ்வில்
மேவியதோர் நட்பும் மிக நழுவிப் போனதென்றே
துன்பத்தால் மண்மீதில் தொப்பென்று வீழ்ந்தேன் நான்...

(1020 -1028)

இப்படிப் பறவைக்கும் எனக்கும் நட்புதான்; நட்புதான்; வேறெதும் தப்பான உறவு இல்லை; உணர்வில்லை என்பதைச் சொல்ல முயலும் தொனி தங்கப்பாவின் எழுத்து முறையில் வெளிப்படுகிறது; இதற்குக் காரணம் அவரிடம் மேலோங்கி நிற்கும் ஒழுக்கப் பார்வை; ஆனால் பாரதியைப் பாருங்கள்; 'குயிலியை' எப்படி வெறிகொண்டு நோக்குகிறார்! அவர்தான் அந்தக் குயிலை முத்தமிடுகிறார்; பாரதி எழுதுகிறார்:

"அன்புடனே யானும் அருங்குயிலைக் கைக்கொண்டு
முன்புவைத்து நோக்கியபின் மூண்டு வரும் இன்பவெறி
கொண்டதனை முத்தமிட்டேன்"

தொடர்ந்து இன்னும் எப்படியெல்லாமோ அந்தப் பெண்ணை வர்ணிக்கிறார்; கவிதைக் கனி பிழிந்து, அதிலே பண், கூத்து எனும் இவற்றின் சாரமெலாம் ஏற்றி, அதனோடே இன்னமுதைக் கலந்து, காதலெனும் வெயிலில் காயவைத்த கட்டியினால், பிரமன் இவள் மேனியைச் செய்தானோ எனப் பலவாறு வியந்து அந்த எழுத்து முறையிலும் ஆவல் அடங்காமல் இறுதியில் இப்படி எழுதுகிறார்:

"பெண்ணவளைக் கண்டு பெருங்களிகொண் டாங்ஙனே
நண்ணித் தழுவி நறுங்கள் ளிதழினையே
முத்தமிட்டு முத்தமிட்டு மோகப் பெருமயக்கில்
சித்த மயங்கிச் சில போழ்து இருந்த பின்னே...

இப்படி உச்சக்களிப்பில் பிறக்கும் வார்த்தைகளுக்குத் தடை போடாமல், படைப்பனுபவத்திற்காக எதையும் விட்டுக் கொடுத்துவிடும் அணுகுமுறை பாரதியாருடையது. அதற்கேற்றவாறு கதையை அமைத்துக் கொள்ளும் திறமும் கவனிக்கத்தக்கது.

★ மேற்கண்ட இந்த அடிப்படை வேறுபாடுதான் குயில்பாட்டிலும் ஆந்தைப்பாட்டு பல இடங்களில் வேறுபட்டு ஒலிப்பதற்குக் காரணமாகிறது எனக் கருதலாம். தங்கப்பாவின் ஆந்தைப்பாட்டில் "இயற்கையைக்" கொண்டாடுவது; இயற்கை அழகில் இன்பம் திரட்டுவது;

இயற்கையின் முன் அனைத்துப் பொருட்களும் சமமானவை தான்; அழகானவைதான்; "குயில் குரல் இனிமையானது; ஆந்தையின் குரல் கர்ண கொடூரமானது" என்று மனிதர்களின் பொதுப் புத்தியில் நுழைந்துவிட்ட கருத்துக்கள் எல்லாம் வெறும் கற்பனை; புனைவு; மனிதர்கள் கட்டிவிட்ட கதை" - ஆகிய சிந்தனைகளும் முன் வைக்கப்படுகின்றன; ஆனால் அந்தச் சிந்தனைகள் நேரடியாகக் கதைசொல்லும் ஆசிரியராலேயே சொல்லப்படுகின்றன.

"ஆந்தையா? சீச்சீ அழகில்லை" என்றுரைப்பார்
மாந்தர் வழக்கினுக்கு மாறாக நான் கண்டேன்
வட்டக் கருவிழியும் வன்மை அலகும் மிகக்
குட்டைக் கழுத்தும் குவிஉடம்பும் என் நெஞ்சில்
ஆழப் பதிந்தென் அகத்தில் இனித்தனவே
சூழும் இயற்கை நலம் சோர்வு படுவதுண்டோ?"

(204 - 210)

இதேபோல் பாரதியாரும் இயற்கையைக் கொண்டாடி வழிபடுபவர்தான்; ஆனால் அதை நேரடியாகக் காணுவதைவிடப் பெரும்பாலும் நாடகப்பாங்காக, ஒரு நிகழ்த்துகலை போல இயற்கையின் அழகை ஆராதிக்கிறார்; குரங்கும், மாடும் எத்தனை அழகுடையவை என்பதைக் குயிலின் பார்வையில் பதிவு செய்யும் போது அங்கே ஒரு நாடகம் அரங்கேறி விடுகிறது.

'மேனி யழகினிலும், விண்டுரைக்கும் வார்த்தையிலும்
கூனி யிருக்கும் கொலுநேர்த்தி தன்னிலுமே
வானரர்தஞ் சாதிக்கு மாந்தர்நிக ராவாரோ....
என்று குரங்கின் அழகை வியக்கும் போதும் சரி,
நீள்முகமும் நிமிர்ந்திருக்கும் கொம்புகளும்
பஞ்சுப் பொதிபோற் படர்ந்த திருவடிவும்
மிஞ்சு புறச் சுமையும் வீரத் திருவாலும்...

என்று பலவாறு மாட்டின் அழகை வர்ணிக்கும் போதும் சரி, பாரதியாரின் இயற்கை ஈடுபாடு அழகாக நாடகமாக்கப்படுகிறது எனப் பார்க்கிறோம்.

★ பாரதியின் குயில்பாட்டில் மனிதர்களின் அனைத்து நடவடிக்கைகளுக்கும் ஆதார ஆற்றலாக வர்ணிக்கப்படும் காதல் வெள்ளத்தின் வேகத்தை வாசகர்கள் உணரமுடிகிறதென்றால், தங்கப்பாவின் ஆந்தைப்பாட்டில்,

மனிதர்களுக்கும் x இயற்கைக்கும்; மனிதர்களுக்கும் x சமூகத்திற்கும் இடையிலான உறவுகளின் பல்வேறு கோலங்களைக் குறிப்பாக மனிதர்களின் சுயநலச் சூழ்ச்சிகள் நிகழ்த்தும் திருவிளையாடல்களின் அலங்கோலத்தைப் பிரதி முழுக்க வாசகர்கள் எதிர்கொள்ள நேர்கிறது. எனவே குயில்பாட்டு ஒரே சுவையில் எழுதப்பட்டதாகவும், ஆந்தைப்பாட்டுப் பல்வேறு சுவைகளில் தோன்றியதாகவும் அமைகின்றன. மேலும் ஆசிரியரின் ஒழுக்கக் கோட்பாட்டுணர்வின் செல்வாக்கினால், பிரதி முழுவதும் "சமூகம் குறித்த சாடல்களே" ஆதிக்கம் செலுத்தும் ஒரு கருத்தாக்கமாக விளங்குகிறது; 21 - வயதுடைய ஒரு வாலிபனுக்குள் சமூகம் குறித்த இத்தகைய தீவிரப்பட்ட அக்கறை உணர்வும், அந்த உணர்வுகளைத் தரமான மொழி வழியாக வெளிப்படுத்துவதற்கான வியக்கத்தக்க மொழி ஆற்றலும் கூடி வந்திருக்கின்ற தன்மை எந்தவொரு வாசகரையும் வியப்பில் ஆழ்த்தக் கூடியதாகும்; எனவே குயில்பாட்டைப் போலவே ஆந்தைப்பாட்டும் மனிதர்களின் எண்ணி மாளாத படைப்பாற்றலுக்கு ஓர் எடுத்துக்காட்டாகத் தமிழ் இலக்கியப் பரப்பில் நிலைப்பெற்றுள்ளது எனக் கருதலாம்.

அடிக்குறிப்புகள்

1. இவ்வாறு 1041 - ஆம் பக்கம் குறிப்பு கொடுக்கிற அவ்வாய்வுப் பதிப்பு "பாரதி வாழ்வு - சில காலக் குறிப்புகள்" என்ற தலைப்பில் தகவல்களைத் திரட்டித் தரும்போது, குயில், 1912 -இல் தோன்றியது (ப.1148) என்று எழுதியுள்ளது.

2. ஆந்தைப்பாட்டு முன்னுரையில் தங்கப்பா இவ்வாறு எழுதுகிறார்:

"இலக்கியமோ கலையோ உலகில் எதையும் உண்டாக்கிக் கிழித்துவிடப் போவதில்லை. அவையுங் கூடச் சிலவேளை நம் பம்மாத்துக்களே. உண்மைப் பயன் விளைவிப்பது, உலகிற்குத் தேவையானது மாந்த நேயத்தில் கனிந்து நிற்கும் அன்பு உள்ளம் ஒன்றுதான். அதுதான் வாழ்க்கையைத் திருத்துவது, ஒழுங்குபடுத்துவது. இலக்கியத்தைப் பொருளுடையதாக்குவதும் அதுவே"

(முன்னுரை - ப.5)

இப்படி எழுதினாலும்; இறுதி வரியில் "இலக்கியத்தைப் பொருளுடையதாக்குவது அதுவே" என்று எழுதும்போது இலக்கியத்தின் பயன்பாடு குறித்து இந்திய மரபுச் சிந்தனைதான் தங்கப்பாவிடம் இடம் பெற்றுள்ளது என்பதை ஒருவர் எளிதாக அறிந்து கொள்ளமுடியும்.

பயன்பட்ட நூல்கள்:

1) தங்கப்பா ம. இலெ. ஆந்தைப்பாட்டு (1983), வானகப்பதிப்பகம், புதுச்சேரி - 8.

2) பாரதியார், 'பாரதியின் பாடல்கள்' - ஆய்வுப் பதிப்பு (1987), தமிழ்ப் பல்கலைக்கழகம், தஞ்சாவூர்.

★

புனைவுகளும் உண்மைகளும்

தங்கப்பா புகழ் ஓங்குக!

- மு. சாயபு மரைக்காயர்

மரபு நெறி மாறாமல் உயிரோட்டமுள்ள பாடல்களை இன்றும் எழுதிக் கொண்டிருக்கும் பாவலர்களுள், சிறப்பாகக் குறிப்பிடத்தக்கவர் தங்கப்பா. இயற்கை எழிலிலும், வாழ்க்கைக் கண்ணோட்டத்திலும் தோய்ந்தெழுந்த பாட்டுணர்வோடு செயற்கைப் போக்கின்றி எழுதி வருபவர். புகழோ, பொருளோ எட்ட வேண்டுமென்ற அடைவு வேட்கையின்றி, விளம்பர விருப்பற்று ஆரவாரமற்ற எளிமைப் போக்கோடு இன்று இலக்கியம் புனையும் மிகச் சிலருள் இவர் முதன்மையானவர்.

“அன்பர் ம. இலெ. தங்கப்பா முன்னோரின் இலக்கியச் சவக் குழிகளைத் தோண்டிவிற்று வயிறு வளர்ப்போர்க்கிடையிலும், பயனில் சொல் பாராட்டி வெற்றாரவாரக் கூச்சலிட்டுத் துள்ளும் புதுமை நுனிக் கொம்பேறிகளுக்கிடையிலும் பொய்யைப் பொய்யாகவும், மெய்யை மெய்யாகவும் காணும் புது மலர்ச்சி கொண்ட ஒரு பண்பாட்டுத் தோழர்” என்று பாவலர் த.கோவேந்தன் அவர்கள் தங்கப்பாவை மதிப்பிட்டிருப்பது முற்றிலும் சரியான மதிப்பீடேயாகும்.

நெல்லை மாவட்டம் குறும்பலாபேரியைப் பிறப்பிடமாகக் கொண்ட தங்கப்பா, 8-3-1934-இல் பிறந்தவர்; இவ்வாண்டு பொன்விழா காணும் தங்கப்பாவின் தமிழிலக்கியப் பணியை நன்றியுணர்வோடு ஒரு சிறிது நினைவு கூர்வதே இக்கட்டுரையின் நோக்கம்.

(கோவேந்தன். த. ‘பாடுகின்றேன்’ நூலுக்கு எழுதிய முன்னீடு. இளங்கோ பதிப்பகம், சென்னை முதற்பதிப்பு, 1-2-73, பக். 4)

1. தங்கப்பாவின் சிறப்புக்கள்:-

பாளையங்கோட்டை தூய யோவான் கல்லூரியில் இளங்கலை பொருளியல் பட்டப் படிப்பையும், சென்னை ஆசிரியர் பயிற்சிக் கல்லூரியில் ஆசிரியர் பயிற்சிப் படிப்பையும் முடித்த பாவலர் தங்கப்பா, தமது இருபத்து மூன்றாம் வயதில் ஆசிரியப் பணியை மேற்கொண்டார். பதினோராண்டுகள் உயர்நிலைப் பள்ளி ஆசிரியராகப் பணியாற்றினார். பின்னர் 1968ஆம் ஆண்டு முதல் கடந்த பதினைந்தாண்டுகளாகப் புதுவை தாகூர் அரசினர் கல்லூரியில் தமிழ் விரிவுரையாளராகப் பணியாற்றி வருகின்றார்.

தமது பதினேழாம் வயதில் பாட்டெழுதத் தொடங்கிய தங்கப்பா, கடந்த முப்பத்து மூன்று ஆண்டுகளாகத் தொடர்ந்து எழுதி வருகின்றார். ஆயிரக் கணக்கில் எழுதிக் குவித்தும், அமைதியே உருவாய்க் காட்சியளிக்கின்றார். 'நிறைகுடம் ததும்புவதில்லை' என்பதற்கு அவர் ஓர் நிறைவான எடுத்துக்காட்டு.

தமிழைப் போலவே ஆங்கிலத்திலும் பெரும் புலமை உடையவர் தங்கப்பா. இரு மொழிகளிலும் எளிதில் பாடல் புனையும் ஆற்றல் கைவரப் பெற்றவர். மூலநூலுக்கும் மேலாக மொழிபெயர்க்கும் திறமையுடையவர்.

'தங்கப்பா' என்ற அவர்தம் பெயரைப் போலவே, அவர் புனைந்துள்ள பாடல்களும் எக்காலத்திலும் மதிப்புடைய தங்கப் பாக்களே!

'தென்மொழி', 'தமிழ்ச்சிட்டு', 'தென்றல்', 'வானம்பாடி', 'பூஞ்சோலை', 'இனமுழக்கம்', 'தமிழகம்', 'உரிமைவேட்கை', 'கைகாட்டி', 'கவிஞன்', 'மீட்போலை', 'அரும்பு', 'விருந்து', 'கலியுகம்', 'பொதுமை', போன்ற நாளிதழ்கள் தங்கப்பாவின் பாடல்களை வெளியிட்டுப் பெருமை பெற்றுள்ளன.

அவ்வாறே *'Caravan', 'Poet", 'Cycloflame' (USA), 'Modern Rationalist', Youth Age', 'New Times Observer'* போன்ற ஆங்கில இதழ்களும் தங்கப்பாவின் ஆங்கிலப் பாடல்களை வெளியிட்டுப் புகழ் சேர்த்துள்ளன.

பாவேந்தர்பாரதிதாசன், கவியரசு கண்ணதாசன் போன்றோருடன் தொடர்புடைய தங்கப்பா பல்வேறு பரிசுகளும் பெற்றவர்; 1957-ஆம் ஆண்டு தமிழ் எழுத்தாளர் சங்கம் நடத்திய கவிதைப்

போட்டியில் முதற் பரிசு பெற்றவர்; பாரதி பாடலைத் தமிழிலிருந்து ஆங்கிலத்தில் மொழிபெயர்த்ததற்காக 1965ஆம் ஆண்டில் 'கல்கத்தா தமிழ்ச் சங்கத்தின்' பரிசும், அரவிந்தர் பாடலை ஆங்கிலத்திலிருந்து தமிழில் மொழிபெயர்த்ததற்காக 1972ஆம் ஆண்டில் 'அரவிந்தர் ஆசிரமப் பரிசும்' இவருக்குக் கிடைத்துள்ளன.

'கிண்டற்பித்தன்', 'வழுதி', 'மதங்க முனிவன்', 'கடுமைப்பித்தன்', 'கல்லாடன்', 'செந்தேள்' முதலியன, தங்கப்பா பயன்படுத்தியுள்ள புனைபெயர்களாகும்.

ஏராளமாய் எழுதியிருந்தும் தங்கப்பாவின் புகழுக்குப் பெருமை சேர்க்கும் பெருநூல் எதுவும் இதுவரை வெளிவராதது ஒரு பெருங் குறையே. ஆயினும் "Hues and Harmonies", "பாடுகின்றேன்", "தேடுகின்றேன்", "பாடல்கள் அல்ல", "எங்கள் வீட்டுச் சேய்கள்", "மலைநாட்டு மலர்கள்" முதலிய ஆறு நூற்களைத் தங்கப்பா வெளியிட்டுள்ளார்.

இந்நூற்கள் அளவால் சிறியவை; ஆயினும் சிறப்பால் சீரியவை. இந்நூற்களின் தரத்தையும், தங்கப்பாவின் புலமைத் திறத்தையும் இனி காண்போம்.

• Hues and Harmonies from an Ancient Land :

"மறைவாக நமக்குள்ளே பழங்கதைகள்
சொல்வதிலோர் மகிமை யில்லை;
திறமான புலமையெனில் வெளிநாட்டோர்
அதை வணக்கம் செய்தல் வேண்டும்" [2]

என்றான் பாரதி. தமிழ் மொழியின் சிறப்பை வெளிநாட்டார் உணர்ந்து மதிக்கவேண்டுமெனில், தமிழ் இலக்கியங்களைப் பிறமொழிகளில் பெயர்த்தல் வேண்டும்.

இத்தகு ஆக்கப் பணியைப் புரியும் ஆற்றல் பெற்றோர் ஒரு சிலரே! அவர்களுள் தங்கப்பா தனித்திறம் மிக்கவர். சங்க இலக்கியத்தின் மணியான சில பாடல்களைத் தேர்ந்தெடுத்து, அவற்றை அழகான ஆங்கிலத்தில், எவர்க்கும் விளங்கும் எளிய நடையில் மொழிபெயர்த்து, இந்நூல் மூலம் தேமதுரத் தமிழோசை உலகமெல்லாம் பரவும் வகை செய்துள்ளார் தங்கப்பா.

எட்டுத் தொகையிலிருந்து 74 பாடல்கள் இந்நூல் மூலம் ஆங்கில வடிவம் அடைந்துள்ளன. அகம், புறமெனும் இரு

பிரிவுகளை உடையதாக இந்நூல் அமைந்துள்ளது. முதற் பிரிவில் 51 அகப்பாடல்களும், இரண்டாம் பிரிவில் 23 புறப்பாடல்களும் மொழியாக்கம் பெற்றுள்ளன.

"செம்புலப் பெயல்நீர் போல அன்புடை நெஞ்சம் தாம் கலந்தனவே"

என்ற அகப் பாடலை,

"Like the mingling of the rain drops
With the red soil
Our hearts unite" ³

என்றும், "யாதும் ஊரே யாவரும் கேளிர்;

தீதும் நன்றும் பிறர்தர வாரா" என்ற புறப்பாடலை,

"All The world is our home;
All men our Kin;
Good and evil do not befall us
Caused by other's hands;" ⁴

என்றும் தங்கப்பா புரிந்துள்ள மொழியாக்கம், ஓரளவு ஆங்கில அறிவு பெற்றோர்க்கும் எளிதில் விளங்கும். இத்தகு எளிய, இனிய நடையில் சங்க இலக்கியத்தை வேறெவரும் மொழியாக்கம் செய்ததாகத் தெரியவில்லை.

தங்கப்பாவின் மொழியாக்கத்தில் சங்க இலக்கியம் முழுமையும் ஆங்கிலத்தில் வெளியிடப்படுமாயின், அந்நூல் தமிழிலக்கியச் சிறப்பை உலகம் உணரச்செய்யும் பணியாக அமையும்.

- "பாரதியார் கவிதைகள்" மெர்க்குரி புத்தகக் கம்பெனி, கோயம்புத்தூர், முதற்பதிப்பு, 11.12.69, பக். 169.
- Thangappa 'Hues and Harmonies", Pandian Publications, Pondy. First Edition 1970, P.14.
- Ibid. P. 39.

2. பாடுகின்றேன்

35 எண்சீர் விருத்தங்களில் அமைந்த இந்நூல், பாவலர்தம் பாட்டுணர்வுக்கு ஊற்றாயிருக்கும் பொருட்களைப் பாடுகின்றது.

"கொழும்பன்றி மூக்காலே கிழங்க கழ்ந்து
கூட்டமுடன் உண்ணுதல்போல், மலைக்குரங்கு

செழும்பலாவின் சுளைபிளந்துண் டின்புறல் போல்,
செவ்வரிமென் பைந்தலையின் கிளியின் கூட்டம்
பழங்கனிந்த கோவைக்கு மகிழு தல்போல்,
பயில்வண்டு புதுமலர்போல் மொய்த்தல் போலும்
எழும்பண்சேர் நெஞ்சத்தால் இயற்கை மூழ்கி
இன்புற்று நிற்கின்றேன்; பாடுகின்றேன்" [5]

என்ற பாடல், இயற்கையழகில் தோய்ந்தெழுந்த உள்ளத்தோடு தங்கப்பா இந்நூலைப் பாடியுள்ளார் என்பதற்குச் சான்றாக அமைகின்றது. இயற்கையெழில் மட்டுமின்றி வாழ்வின் எழில் கண்டும் இவர் பாடக்கூடியவர் என்பதை,

"ஓவியத்தில் படியுமொரு கலைஞன் கண்கள்
ஒளிர்வடிவின் ஒழுங்கழகில் தோய்தல் போல
வாழ்வொழுங்கில் தோய்கின்றேன்; பாடுகின்றேன்"
என்ற வரிகளால் அறிகின்றோம்.
எது அழகு என்பதற்கு,
"அழகென்று தனியொன்றிங் கில்லை; வாழ்க்கை
அரும்படைப்பின் கூறெல்லாம் அழகே யன்றோ!"[7]

என்று தங்கப்பா தரும் விளக்கம் அவரை 'வாழ்க்கை ஞானி'யாய்க் காட்டுகிறது. அதனால்தான் காய்ந்துலர்ந்த சருகிலும், புல்லின் பூவிலும், நத்தைக் கூட்டிலும், மண்டை ஓட்டிலும், பன்றியின் கண்களிலும் கூட அவரால் அழகைக் காண முடிகின்றது.

'உள்ளமெனும் பந்து', 'எண்ண நெய்', 'நெஞ்சப் பொறி வண்டு', போன்ற உருவகங்களும், 'செம்பரத்தைக் காடுநிகர் அந்திவான்' போன்ற உவமைகளும் இந்நூலுக்கு மேலும் சுவை கூட்டுகின்றன.

- தங்கப்பா ,"பாடுகின்றேன்", இளங்கோ பதிப்பகம், சென்னை, முதற்பதிப்பு 1273, பக். 20.
- மேற்படி. பக். 24.
- ,, பக். 21.

3. எங்கள் வீட்டுச் சேய்கள்.

குழந்தைகளுக்கான 21 பாடல்கள் இந்நூலை அணி செய்கின்றன. பெரியோர்க்குத் தத்துவம் கூறும் தங்கப்பா, குழந்தைகளுக்கும் அவர்களது மன வளர்ச்சிக்கேற்ப எழுதக்

கூடியவர் என்பதற்கு இந்நூலே சான்று. ‘கதிரப்பன்’ என்ற புனைபெயரோடு இந்நூலில் அவர் வரைந்துள்ள படங்கள் தங்கப்பாவின் ஓவியக் கலையாற்றலை உணர்த்தி நம்மை வியக்க வைக்கின்றன.

“யானை வந்தது யானை;
யானை வயிறு பானை!
தூணைப் போன்ற கால்தான்!
துடைப்பம் போன்ற வால்தான்!” [8]

என்றும்,

“விரிந்து நீண்ட காது
வெள்ளை யான மூக்கு
சரிந்த தாழி வயிறு
கொண்ட தென்ன கூறு?
கழுதை அது கழுதை”[9]

என்றும் குழந்தைகளுக்குப் புரிகின்ற எளிய உவமைகளால் அவர்களது உளவியல் அறிந்து பாடும் தங்கப்பா,

“ஒன்று இரண்டு மூன்று;
உலகில் புகழுடன் தோன்று!
நான்கு ஐந்து ஆறு;
நல்ல சொற்கள் கூறு” [10]

போன்ற பாடல்களால் அவர்களுக்குத் தேவையான நல்ல அறிவுரைகளையும் கூறுகின்றார்.

தம் மக்களை மகிழ்ச்சிப்படுத்த, தாமே படம் வரைந்து எழுதிய பாடல்களைக் கொண்டதாயினும் தங்கப்பாவின் இந்நூல் தமிழகச் சிறுவர்கள் தவறாமல் படிக்கவேண்டிய நூலாகும்.

- தங்கப்பா, “எங்கள் வீட்டுச் சேய்கள்” தமிழிலக்கிய வெளியீடு, சென்னை, முதற்பதிப்பு 21673, பக். 5.
- மேற்படி. பக். 15.
- ,, பக். 15.

4. பாடல்கள் அல்ல.

விலையிலாக் கைநூலாக வெளியிடப்பட்ட தங்கப்பாவின் இந்நூலில், 25 பல்சுவைப் பாடல்கள் இடம் பெற்றுள்ளன.

“மைப்புட்டி எடுத்துவந்த அழகு நங்கை
வானத்தில் கவிழ்த்துவிட்டாள்; பதறிப் பின்னர்

கைப்படவே அள்ளிவைத்த சுவடுகள்தாம்
கறை கறையாய்க் கருமுகில்கள்"[11]

என்ற கற்பனை மிகச் சிறப்பாக இருக்கிறது. அவ்வாறே "தெருக்கூத்து" என்னும் பாடலில்

"இராவணன் பாட்டுக்குத் தாளமிட்டே – இங்கு
இராமனும் பாடுவான் பின்பாட்டு!
துரோபதை சேலை அவிழ்ந்துவிட்டால் – அதைத்
துச்சாதனன் சரி செய்து வைப்பான்!"[12]

என்று இயல்பான நகைச்சுவை இழைந்தோடப் பாடுவது நம்மை மகிழ்விக்கிறது.

மற்றும் இத்தொகுப்பில் இடம் பெற்றுள்ள 'பாடல்கள் அல்ல', 'அணில்', 'குழந்தைகள்', 'வேண்டல்' போன்ற பாடல்களும் சுவையான உள்ளன.

- தங்கப்பா, 'பாடல்கள் அல்ல' பக். 5
- மேற்படி. பக். 9.

5. மலைநாட்டு மலர்கள்.

சோவியத்து நாட்டின் அவார்மொழிப் பாவலன் இரசூல் கம்சுதாவ், நாற்பதுக்கு மேற்பட்ட நூற்களைப் பாடியவன். ஏறத்தாழ 28 மொழிகளில் அவனுடைய பாடல்கள் மொழியாக்கம் செய்யப்பட்டுள்ளன. இரசூல் கம்சுதாவைத் தமிழுக்கு அறிமுகப்படுத்தும் பணியை இந்நூல் மூலம் தங்கப்பா நிறைவேற்றியுள்ளார்.

"அவார் மொழிதான் நாளைக்கே அழியுமானால்
அதன்முன்னர் நான் இன்றே இறந்துபோவேன்" [13]

என்று கம்சுதாவ் கூறுவது, பாவேந்தரையே நமக்கு நினைவூட்டுகின்றது.

"ஊன்வளர்க்கத் தாய்மொழியை இழிவு செய்வார்
உணர்வுகெட்ட எழுத்தாளர் பாழாய்ப்போக!" [14]

என்றும்,

"பெற்றோரை மதிக்காமல் இழித்து ரைக்கும்
பிள்ளைகள்தாம் இருந்தென்ன? பாழாய்ப் போக!
உற்றார் உறவினர்தம் துன்பம் கண்டும்
உளமிரங்காக் கல்நெஞ்சர் பாழாய்ப் போக!" [15]

என்றும் கம்சுதாவ் கூறும் கருத்துக்கள், எந்நாட்டவர்க்கும் எம்மொழியினர்க்கும் ஏற்றவை அல்லவா?

இந்நூலைப் படிக்கும்போது ஒரு மொழிபெயர்ப்பு நூலாகத் தோன்றவில்லை. மூல ஆசிரியனுக்கும் மேலான தங்கப்பாவின் படைப்பாற்றல், இதைத் தமிழ் நூலாகவே எண்ணச் செய்கிறது. அது தங்கப்பாவின் மொழியாக்கத் திறமைக்குக் கிடைத்த மாபெரும் வெற்றி.

- தங்கப்பா, 'மலைநாட்டு மலர்கள்' கலைஞன் பதிப்பகம்,சென்னை, முதற்பதிப்பு 151275, பக். 11
- மேற்படி பக். 29.
- மேற்படி பக். 30.

6. தேடுகின்றேன்.

"அன்பில்லை; ஒழுங்கில்லை; எளிமையில்லை; அன்புடையார்க்கும் துணையில்லை; தூய உறவில்லை; இவற்றையெல்லாம் வாழ்வின் எல்லா நிலைகளிலும் கண்டு கண்டு துன்புற்ற ஓர் உள்ளத்தின் புலம்பலே இந்நூல்" என்று பாவலர் தங்கப்பா இந்நூலின் நோக்கத்தைத் தம் முன்னுரையில் குறிப்பிடுகிறார்.

"களிமறந்த பாலைநில வண்டினைப்போல்
நாகங்கள் நடுவிலொரு குயிலினைப்போல்
புளியமரம் பிளந்துவைத்த விறகினுக்குள்
புதைந்தவொரு சந்தனத்துக் கட்டைபோல்
விளையாட்டுச் சிறுவர்தம் கையில்பட்ட
விலையுயர்ந்த மணிப்பொறிபோல் நானிங்குள்ளேன்" [16]

என்று அன்புறவுக்காக ஏங்கும் பாவலர்தம் ஏக்கம், நம்மையும் ஆட்கொள்கின்றது.

இந்நூலிலுள்ள 56 பாடல்களும் தங்கப்பாவை உலகப் பாவலர் வரிசைக்கு உயர்த்துகின்றன என்பதே உணமை.

தங்கப்பாவின் முழுத்திறம் காட்டும் நூல் இன்னும் வெளிவரவில்லை என்றே கூற வேண்டும். "ஆந்தைப்பாட்டு", "மயக்குறு மக்கள்", "நுரைக் குமிழ்கள்", "பின்னிருந்து ஒரு குரல்", "*The Life and Message of Saint Ramalinga Swamy*", "*Tales from Tamil Literature*" போன்ற தங்கப்பாவின் நூற்கள் தொடர்ந்து வெளிவரவிருக்கின்றன. இவை யாவும் வெளியிடப்பட்டால்

தங்கப்பாவின் புகழ் குன்றிலிட்ட விளக்காய்ச் சுடரும் என்பது திண்ணம்.

இன்றைய தமிழ்ப் பாட்டுலகின் தலைமைப் பாவலராய்த் திகழ உண்மையான தகுதி படைத்த தங்கப்பாவை இனம் கண்டு ஏற்று, அருந்தமிழ் வளர்ச்சிக்கு அவரை முழுமையாய்ப் பயன்படுத்திக் கொள்ள வேண்டியது நம்மனோர் கடமையாகும்.

மு. சாயபு மரைக்காயர்.

8-3-83,
புதுவை.

★

அலையெழுப்பாத கடல் ம.லெ.தங்கப்பா

-பழ.அதியமான்

அறியப்படாத அறிஞர்கள் ; ஆனால் அறியப்பட வேண்டியவர்கள்!

'குடத்திலிட்ட விளக்குகளுக்குத் தமிழுலகில் பஞ்சமில்லை' என்று ஏ.கே.செட்டியாரைப் பற்றி எழுதும்போது குறிப்பிட்டார் பேரா. வேங்கடாசலபதி. இன்னொரு குடத்திலிட்ட விளக்கு நம்மிடையே வாழும் ம.லெனின் தங்கப்பா (8.3.1934). முப்பது ஆண்டுகளுக்கும் மேலாகக் கல்வி பணியாற்றியவர்; நாற்பது ஆண்டுகளாக மொழிபெயர்ப்புப் பணியில் ஈடுபட்டு வருபவர்; தமிழ்ப் பேராசிரியர்; தமிழ்ப் புலமை செயற்படுகளத்தின் ஒரு முக்கியமான பிரதிநிதி; சிந்தனையாளர்; தமிழ்ச் செழுமையாக்கத்திற்குப் பெரும்பணி செய்பவர். என்றாலும் தங்கப்பா என்றதும் தமிழ்நாட்டின் ஒரு தலைமுறையினர் இன்னும் நினைவு கூர்வது பெருஞ்சித்திரனாரின் 'தென்மொழி'யில் ஆசிரியப் பொறுப்பு வகித்தவர் என்பதும் தீவிர தமிழ்ப்பற்றாளர் என்பதும்தான்.

நவீனத் தமிழகத்தின் அறிவுலக வரலாறு சமூக, பொருளாதார சமத்துவமின்மை, பிற மொழி ஆதிக்கம், தேசிய அடையாளமின்மை ஆகியவற்றுக்கு எதிராகத் தோன்றிய பல்வேறு இயக்கங்களோடு நேரடித் தொடர்பு கொண்டது. நவீனத் தமிழ்ச் சூழலின் சிந்தனை வயப்பட்ட எவரும் இந்த இயக்கங்களின் கருத்துகள் சார்ந்தோ, அவற்றினை எதிர்த்தோதான் உருவாகியிருக்க முடியும். சிந்தனையும் செயலாக்கமும் கொண்ட தங்கப்பாவும் இந்த வகையில் கிளர்ந்த பெருஞ்சித்திரனார் இயக்கத்தின் அணைப்பில் ஒரு காலத்தில் உருவாகியவர். 'தென்மொழி'யில் மரபுக் கவிதைகளை எழுதும் பாவலராக இலக்கிய வாழ்க்கையைத் தொடங்கினார். எப்பாவகையாக இருந்தாலும் உரைநடையாக இருந்தாலும்,

தமிழானாலும் ஆங்கிலமானாலும் அடித்தல், திருத்தல், மாற்றலுக்கு இடமின்றி முதல்படியையே செம்மைப்படியாக இருக்கும்படி எழுதுபவர் தங்கப்பா. சிந்தனையில் ஒழுங்கும் நேர்மையும் செம்மையும் தெளிவும் உறுதியும் முதிர்வும் இருப்பவர்களுக்கே இது சாத்தியப்படும். மயக்கத்துக்கு இடமில்லாச் சொல்லாட்சி தங்கப்பாவின் முத்திரைகளுள் முக்கியமானது.

தங்கப்பாவின் சொற்களிலேயே சொல்வதானால், எண்ணங்களின் குத்தொளியாகக் கருதப்படும் பாட்டு வடிவத்திலேயே அவரது பெரும்பான்மை படைப்புகள் உருவாயின. பரவொளியாகக் கருதப்படும் உரைநடை வடிவத்திலும் படைப்புகளை உருவாக்கியுள்ளார். ஆங்கிலத்திலிருந்து தமிழுக்கும் தமிழிலிருந்து ஆங்கிலத்துக்குமாக (இவையே பெரும்பான்மை) பல மொழி பெயர்ப்புகளைச் செய்துள்ளார். ஆந்தைப்பாட்டு, வேப்பங்கனிகள், கள்ளும் மொந்தையும், மயக்குறுமக்கள், பின்னிருந்து ஒரு குரல், பனிப்பாறை நுனிகள் முதலியவை தங்கப்பாவின் பாடல் நூல்களுள் சில. நுண்மையை நோக்கி, எது வாழ்க்கை?, திருக்குறளும் வாழ்வியலும், வாழ்க்கை அறிவியல், பாட்டு வாழ்க்கை, கொடுத்தலே வாழ்க்கை... என்றவாறு அமைகிறது அவரது உரைநடைப் படைப்புகளின் பட்டியல். அவார் மொழிக் கவிஞன் ரசூல் கம்சதோவ் பாடல்கள், பிரெஞ்சு மொழிப் படைப்பாளர் ஆந்திரே ழீது-வின் கட்டுரைகள் சிலவற்றை ஆங்கிலம் வழி தமிழாக்கியுள்ளார். *'Hues and Harmonics from an Ancient Land'* என்ற தலைப்பிலான சங்கப்பாடல்கள் சிலவற்றின் ஆங்கில மொழிபெயர்ப்பே (1970) தமிழுலகத்தில் அவரை மொழி பெயர்ப்பாளராகக் கவனம் பெற வைத்தது. இவரது மொழி பெயர்ப்புகள், ஏ.கே.இராமானுஜனின் மொழிபெயர்ப்புகளோடு இணையாக வைத்து எண்ணத்தக்கவை. திருவருட்பா பாடல்கள் சிலவற்றின் ஆங்கில உரைநடையும் (*Songs of Grace*) (1985), பாரதிதாசனின் இருண்ட வீட்டின் ஆங்கில மொழிவடிவமும், பாரதிதாசனின் தேர்ந்தொடுக்கப்பெற்ற பாடல்களின் ஆங்கில மொழிபெயர்ப்பும் முக்கியமானவை. தற்போது முத்தொள்ளாயிரத்தை ஆங்கிலத்தில் மொழிபெயர்த்து முடித்துள்ளார் தங்கப்பா. அது விரைவில் வெளிவரவிருக்கிறது.

தீவிரமான எழுத்து மட்டுமல்லாமல், நகைச்சுவையும் கிண்டலும் கேலியும் பகடியும் தங்கப்பாவுக்கு மிக எளிதாகக்

கைவரும். கிண்டலும் கேலியும் பகட்டும் வெளித்தோன்றா வகையில், ஆனால் முழுவதும் பகடியாக அமையும் விதத்தில் எழுதுவது அவருக்கு மிக எளிது.

இயற்கையைக் கூர்ந்து நோக்குபவர் தங்கப்பா; இயற்கையின் நேசர். அவரது வீட்டின் பெயர் வானகம். குழந்தைகளின் பெயர்கள் செங்கதிர், இளம்பிறை, விண்மீன், மின்னல் இப்படி. புதுவை இயற்கைக் கழகத்துத் தலைவராயிருந்தவர். இப்போதும் புதுவையின் சுற்று வட்டாரச் சிற்றூர்களுக்கு நண்பர்களை அழைத்துச் சென்று செடி, கொடி, மரங்கள், பறவைகள் ஆகியவற்றை அறிமுகம் செய்து வருவதை அடிக்கடி செய்கிறார். சங்க இலக்கியப் புலமையும் சிற்றூர் வாழ்க்கையறிவும் கொண்ட தங்கப்பாவுக்கு மட்டுமே இக்காரியம் ஏலும். அநேகமாக இந்த வகைத் தமிழ் மரபின் கடைசிக் கண்ணி இவர்.

இன்னொரு முக்கியமான பரிமாணமும் தங்கப்பாவுக்கு உண்டு. அறிவு, இலக்கியம் இவையெல்லாம் பெரும் வாழ்க்கையின் முன் சிறு கூறுகளே என்னும் வாழ்க்கை பற்றிய முற்றிலும் புதிய கருதுகோள்களே அப்பரிமாணம். எது வாழ்க்கை? என்ற கேள்விக்குப் பதிலளிக்கும் நோக்கோடு தங்கப்பா எழுதிய நூல் (1994) அவரது படைப்புகளுள் மிக முக்கியமானது. நாம் வாழும் வாழ்க்கை(?)யைப் பெரிதும் கேலி செய்து அதன் உள்ளீடற்ற போலிமையை வெளிப்படுத்தும் தங்கப்பா குறிக்கோள், இலக்கு, நோக்கம் இவையெல்லாம் வாழ்க்கையை அதன் போக்கில் வாழ்ந்து சுவைக்கத் தடைகளாகி விடுகின்றன என்று கருதுகிறார். ‘ஒரு புல்தரையில் கருப்பான ஒரு பெரிய வண்டு நகர்ந்து செல்கிறது. வண்டின் இயக்கம் இயல்பாக இல்லை. நெருங்கிப் பார்த்ததில் பல எறும்புகள் சேர்ந்து செத்த வண்டை இழுத்துப் போய்க் கொண்டிருந்தது தெரிந்தது. வண்டின் முதுகில் சிறு அழுத்தம் கொடுத்து நிறுத்த, எறும்புகள் சிதறி ஓடின. செத்திருந்த வண்டு அசைவின்றி கிடந்தது. இதுதான் நம்மில் பலரது வாழ்க்கை’ என்கிறார் தங்கப்பா. நமக்கென்று உயிர்த்துடிப்பான உள்ளார்ந்த சொந்த இயக்கம் இல்லை. வெளியிலிருந்து நம்மைப் பற்றிக் கொண்டிருக்கும் வேலைகள், நோக்கங்கள், கொள்கைகள், இலக்குகள் ஆகியவையே எறும்புகள் போல நம்மை இழுத்துச் செல்கின்றன. எறும்புகள் கலைந்து போனால் நம் இயக்கம் நின்று விடுகின்றது.

ஒரு குறிப்பிட்ட வேலையோ, வரையறுத்த வாழ்க்கைப் பணியோ, குறிக்கோளோ இல்லாமல் வாழ்க்கையை உயிர்த் துடிப்போடும் சுவையோடும் வாழ முடியாதா?

'எவ்வகை குறிக்கோள்கட்கும், செயற்கைத் தூண்டுதல்கட்கும் உட்படாமல் உள்ளிருந்து எழும் இயற்கை உந்துதலோடு ஒவ்வொரு நொடியும் வாழ்க்கையை அழகாகவும் சுவையாகவும் வாழ்வோமானால் அதுவே வாழ்க்கை' என்பது தங்கப்பாவின் பதில்.

'எது வாழ்க்கை?' நூலின் எழுத்து நடையும், 'கூழாங்கற்களின் அமைப்பியல்' படைப்பின் எழுத்து நடையும் ஒரே படைப்பு மனத்திலிருந்து வெளிப்படுகின்றன என்பதும், அப்படைப்பு மனம் தமிழின் தொன்மை மிக்க சங்கப்பாடல்களைத் தினத்தந்தியைப் படிப்பது போல படித்துக் கொண்டு போக வல்லது என்பதும் அவ்வளவு ஆச்சர்யமான விஷயம். பல ஆச்சர்யங்களைத் தன்னுள் அடக்கிய அலையெழுப்பாத கடல் தான் தங்கப்பா. 1991 அக்டோபர் மாதத்தின் இருள் கப்பிய அந்திப் பொழுதொன்றில் அவரைச் சந்தித்தேன். அன்று தொடங்கிய ஆச்சர்யம் இன்னமும் தொடருகிறது. பலருக்கும் அவர் ஆச்சர்யம் தான். "தங்கப்பா என்பது வேறொன்றுமில்லை. அவருக்குள் கைவரப்பெற்ற மொழிதான்" என்று க.பஞ்சாங்கம் சொல்வது கூட, ஆச்சர்யத்துக்கு ஆளாய பஞ்சு, அவரைப் புரிந்து கொள்ள செய்த முயற்சிதான்.

தமிழின் செழுமையாக்கத்திற்கு, தமிழ்ச் சிந்தனையாக்கத்திற்கு, வாழ்க்கையைச் சுவையாக மாற்றுவதற்கு, புற உலகுக்கும் அக உலகுக்கும் இணைப்புக் கண்ணியாக ஆரவாரம் இல்லாமல் ஒளிபரப்பும் உயிர்க் கூறாக, நம் கண்முன் வாழ்ந்து கொண்டிருக்கும் இயக்கம் தங்கப்பா. பாவண்ணன் தொடர்ந்து அன்பு, மனம் என்று எழுதிக் கொண்டிருப்பது தங்கப்பாவின் தாக்கத்தால்தான். நம் சமூகத்திற்கு தங்கப்பா வழி வரும் பாவண்ணன்களின் தேவை இருக்கத்தானே இருக்கிறது.

குமுதம் தீராநதி
பிப்ரவரி 2004

★

நடமாடும் வள்ளுவர்

- கலைமாமணி புலவர் அரங்க. நடராசன் B.Lit.

வாழ்க்கை வரலாற்றில் நாட்டமின்மையால் உலகப் பொதுமறையாக விளங்கும் திருக்குறளை இயற்றியவர் பற்றிய உண்மையான வரலாற்றை நாம் இதுவரையில் அறிந்து கொள்ள முடியாதவர்களாகவே உள்ளோம். ஆதலால் சிறந்த சான்றோர்களின் வரலாற்றைப் பதிவு செய்து வைப்பதை நம் கடமையாகக் கொள்ள வேண்டுவது இன்றியமையாதது. அந்த வகையில்,

"வாழ்தலும் தமிழ்க்கென வாழ்ந்து காதலெந் தமிழ்க்குச் சாதலெங் கடனே"

என்ற குறிக்கோளில் வாழ்ந்து கொண்டிருக்கும் பேராசிரியர் திரு. ம.இலெ.தங்கப்பா அவர்களின் வாழ்க்கை வரலாற்றை எழுத்தில் கொணரும் முயற்சியறிந்து பெருமகிழ்வெய்துகின்றேன்.

பேராசிரியர் திரு. ம.இலெ. தங்கப்பா அவர்கள் தமிழ் உணர்வாளர், தனித் தமிழ்ப் பாவலர், மொழிப்போர் மறவர், கட்டுரையாளர், மொழிபெயர்ப்பாளர் எனப் பன்முகங் கொண்டவர்.

தமிழாசிரியராகவும், பகுத்தறிவாளவராகவும் விளங்கிய தம் தந்தையாரிடமிருந்தே தமிழையும், பகுத்தறிவுச் சிந்தனையையும் பெற்றவர். அவற்றால் மத வேறுபாடோ, சாதி வேறுபாடோ இவரை நெருங்கியதில்லை. இவருடைய நெருங்கிய சுற்றத்தாரனைவரும் தமிழ்ப்பற்றும், புலமைப் பெற்று விளங்கியதால் இவருடைய குருதியிலேயே தமிழுணர்வு இரண்டறக் கலந்து விட்டதென்று கூற வேண்டும்.

இலக்கியங்கள் படைப்பதை விடத் தாய்மொழிப் பாதுகாப்பிற்காகப் போராடுவதே இன்றியமையாத தென்னும்

கருத்தினர் இவர். அதனால், அரசு அலுவலர்களைத் தமிழில் கையொப்பமிடச் செய்யாத காரணியத்திற்காக, முனைவர் இரா.திருமுருகனாருடன் இணைந்து, அரசு தனக்களித்த கலைமாமணி விருதையும், பண முடிப்பையும், சான்றிதழையும் பொன்னாடையையும் அரசிடமே திருப்பித் தந்தவர் இவர்.

இவர், இந்திய தேசியம் பொய்யானதென்ற கருத்தினர்.

சிறு பருவத்தில் தமிழில் ஊறியது போலவே, கல்லூரிக் காலத்தில் ஆங்கிலத்தில் ஊறியதால் தங்கப்பா என்ற இந்த வானம்பாடிக்குத் தமிழும் ஆங்கிலமும் இரண்டு சிறகுகளாக விரிந்து விட்டன. தமிழில் படைப்பிலக்கியங்களை எளிதாக இயற்றுதல் போன்றே, தொடுவதற்கஞ்சும் தமிழிலக்கியங்களை ஆங்கிலத்திலும், ஆங்கிலப் படைப்புகளைத் தமிழிலும் சரளமாக மூல நூலெனத் தோன்றுமாறு மொழிபெயர்க்க இவரால் முடிந்தது.

அதனாற்றான் இவரது தமிழ்ப் படைப்பான சிறார் நூலொன்றும், தமிழிலக்கியங்களின் ஆங்கில மொழிபெயர்ப்பு நூலொன்றும் சாகித்திய அகாதெமி பரிசைப் பெற்றன.

சித்தர்கள், வள்ளலார், பாரதியார், பாவேந்தர், வாணிதாசர், தமிழொளி அனைவரையும் நெஞ்சில் நிரப்பி வைத்திருப்பவர் இவர்.

இவருடைய மொழிபெயர்ப்புகளுக்கும், வெளியீடுகளுக்கும் தோள் கொடுத்த வானம்பாடி திரு.கோவேந்தன், திரு.சலபதி, திரு. பெருஞ்சித்திரனார் முதலானவர்களைக் குறிப்பிட வேண்டும்.

தங்கப்பா அவர்கள் எதையும் எதிர்நிலையாக எண்ணும் பழக்கமுடையவர். "ஆந்தைப்பாட்டும்", புயற்பாட்டு என்னும் "கொடும்புயற்கிரணியும்" அதற்குச் சான்றுகள்.

வாழ்க்கை மீது எல்லையில்லா அன்புடையவர் இவர், அன்பில்லாத வாழ்க்கை ஒரு வாழ்க்கையா? என்று கேட்பவர் இவர். அன்பெனும் பசையில்லாத அறிவாளிகளை வெறுப்பவர் இவர். 'உன்னை நீ நேசிப்பது போலவே பிறரையும் நேசி' என்பதிலும் சிறந்த வாழ்க்கை அறிவு வேறில்லை என்பதே இவர் பட்டறிவு.

இயற்கையைச் சுவைப்பதில் இவர்க்கிணை இல்லை. இயற்கையில் தன்னையே இழப்பவர் தங்கப்பா அவர்கள்.

சின்னஞ்சிறுவரிடையில் இவரும் ஒரு சிறு பிள்ளையாக மாறி விடுவது இவரினியல்பு. சிறுவரின் குறும்புகள் இவர்க்குக் கரும்பென இனிக்கும். பிறர்க்குத் தீங்கு நினைக்காத வாழ்க்கை இவரது வாழ்க்கை. அலட்டலும் சலசலப்பும் இல்லாத எளிய பகட்டற்ற வாழ்க்க இவரின் செம்மாந்த வாழ்க்கை.

நடமாடும் வள்ளுவராக விளங்கும் இவரைப் பரிவோடு பாதுகாக்க வேண்டியது நம்மனோர் கடன்.

கலைமாமணி புலவர் **அரங்க. நடராசன்** B.Lit.
புதுவை 605 013
29-09-2014

★

ம. இலெ. தங்கப்பா – மரபின் மகத்துவ உயிர்ப்பு

- மரபின் மைந்தன் ம. முத்தையா

மரபு சார்ந்த மனம் கட்டுக்கள் உடைத்துக் ககனவெளியில் எப்போதெல்லாம் சிறகடிக்கின்றனவோ அப்போதெல்லாம் இலக்கிய வெளியில் புதுமைகள் பூக்கின்றன. உயிரின் குரலாய் ஒலிக்கும் அத்தகைய பாடல்கள் புல்லாங்குழலின் மெல்லிய இசையாய்ப் புறப்பட்டுப் புயலாய் உலுக்குகின்றன. “உயிர்ப்பின் அதிர்வுகள்” என்ற தலைப்பில் தொகுக்கப்பட்ட ம.இலெ. தங்கப்பாவின் கவிதைகள் அத்தகைய அனுபவத்தை வழங்குகின்றன.

யாப்பின் கோப்புக் குலையாத இவாது கவிதைகளில் உள்ள ஆவேசமும், அந்த ஆவேசத்தின் ஆழம் பொதிந்த சொற் செட்டுகளும் வியப்பூட்டுகின்றன. இருபதாம் நூற்றாண்டின் எந்திரமய வாழ்க்கையினூடே சங்க காலப் புலவரொருவர் பயணம் புரிவாராயின் சான்றாண்மை மிக்க அவர்தம் உள்ளம் எவற்றைப் பாடுமோ அவற்றையெல்லாம் தங்கப்பா பாடுகிறார்.

பேருந்துப் பயணமொன்றில், அழுக்கும் வியர்வையுமாய் ஏறிய உழவருக்கு அருகிலிருந்த ஒருவர் இடம்தரத் தயங்க, தன்னருகே அமர்த்திக் கொண்ட தங்கப்பா “நெஞ்சோடு கூறியதாய்” ஒரு கவிதை இதற்குச் சான்று.

–“பழங்குடி மகனே! பழங்குடி மகனே!
உழுதொழில் ஆற்றி இவ்வுலகு புரந்து ஓம்பினும்
இழிகுலம் ஆகிய பழங்குடி மகனே!
வாழிய! வந்தென் அருகில் அமர்க!

அழுக்குடல் கந்தல் அரைத்துணி கண்டாங்கு
இழுக்குற்றனர் போல் எரிமுகந் திருப்பி – நிற்க
இடந்தரத் தயங்குவார்க்கு உடைவதும் என்கொல்!
கிடந்தனர் சிறியர்! என் கிட்டி வந்தமர்க!"

உழவர் அருகில் வந்து அமரப்பொழுது தந்து, அவர் அமைதியடைந்த பின் தொடர்கிறது கவிதை,

"வெள்ளை ஆடையும் விரைசெறி மேனியும்
எண்ணெய்ப் பூச்சும் இருப்பினும், பலரிங்கு
உள்ளம் அழுகி உணர்வெலாம் நாறும்
கள்ளர், களியர், காமவெங் கயவர்!
நின்னினுங் கோடி நிலை கீழ் ஆவர்!
அன்னவர்த் தொடலும் அருவருக்கின்றேன்;
நின்னை என் இருகை புல்லவும் விழைவேன்"

இத்தனை சொல்லியும் கூட அந்த உழவருக்குக் கூச்சம் அகன்றபாடில்லை போலும்! கவிதை தொடர்கிறது,

"ஒட்டிவந்து அமர்க, உடல் உராய்ந்திடுக!
கட்டிய கந்தல், என் துணி கறை செய்க!
மேலுறும் வியர்வை என் மேனியை நனைக்க!
தோள் நனிதொடுக! தொடுக நம் உளமே!"

என்று, தயக்கத்துடன் தள்ளி அமர்ந்த உழவரை அருகில் இழுத்தபடி கவிதைப் பயணமும் பேருந்துப் பயணமும் தொடர்கின்றன.

உழவருக்கு இடம்தர மறுத்தவர்களை "அவர்கள் கிடக்கிறார்கள்! இங்கே வந்து உட்கார்" என்று சொல்வதுபோல,

"கிடந்தனர் சிறியர்! என் கிட்டிவந்து அமர்க" என்று எழுதும் இடம் வெகு அழகாய் அமைந்திருக்கிறது.

மரபு வயப்பட்ட மனம், பழைய பதிவின் சாயலில் புதிய நிகழ்வுகளை எழுதிப் பார்க்கும் இயல்பு கொண்டதுதான். போருக்குச் சென்று மீளும் வீரர்கள், தங்கள் இல்லங்களின் வாயிலில் நின்று உள்ளே உறக்கத்திலிருக்கும் பெண்களை எழுப்பும் காட்சியைக் கலிங்கத்துப் பரணி காட்டுகிறது.

"வருவார் கொழநர் எனத் திறந்தும்
வாரார் கொழுநர் என அடைத்தும்
திருகும் குடுமி விடியளவும்
தேயும் கபாடம் திறமினோ"

என்ற அந்தக் கடைத் திறப்பின் போக்கில், புயலுக்கஞ்சி வீட்டுக்குள் இருக்கும் பெண்களைக் கதவு திறக்கக் கேட்கும் பாடல்களை எழுதுகிறார் தங்கப்பா.

"குருதிச் சிவப்பை விழிவாங்கக்
குளிர்க்கண் கருப்பை உடல்வாங்க
உருகி வெய்யிலில் உழைத்திடுவீர்
ஓட்டைக் கதவம் திறமினோ"
"அரிசி வடித்த கொதிநீரும்
அகத்திக் கீரைப் புன்கூட்டும்
பெரிய உணவாய்க் கொள்மடவீர்
பிளந்த கதவம் திறமினோ"
"எழுந்த காற்றின் சீற்றத்தால்
இடையின் துகிலும் புனல்உய்க்கக்
கிழிந்த பாயை எடுத்துடுப்பீர்
கீறல் கதவம் திறமினோ"
"பொங்கும் மழைக்கே நடுநடுங்கிப்
புகுந்த குடிசை சுவர் இடிய
அங்கும் இருக்க வகைஅற்றீர்
அழிந்த கதவம் திறமினோ"

என்றெல்லாம் எழுதிச் செல்லும் தங்கப்பா, சங்கப்பாவலர் தம் தோன்றல் என்ற முத்திரையோடு சிற்றிலக்கிய வகைமைகளையும் சிறப்புறக் கையாள்கிறார்.

காரிருளின் கம்பளிவிரிக்கும் பேரிரவு, இவர் கண்ணுக்குப் பேயணங்காய்த் தெரிகிறது. உலகை இருள் அணைக்கும்போது இரவெனும் பேய் உலகையும், ஏன் வானையும் கூடத் தின்பதுபோல் உணர்கிறார் இவர்.

"பகற்பொழுதில் எவ்விடத்தே
பதிவிருந்து நோக்கினளோ?
தகதகக்கும் வன்பசியால்
தன் அன்பு கெட்டனளோ?
முகத்திலிருள் கடுகடுக்க வந்தாள் அவள்
மூண்டபசியால் உலகைத் தின்றாள்.
செக்கச் சிவந்த மலர்ச்
செவ்வானத் தோட்டத்திலே
மொக்குமல்லி பூத்ததுபோல்
முகில்கிடந்த பேரழகை

அத்தனையும் இரவுமகள் உண்டாள் அவள்
அழற்பசிக்கு வானினையும் கொண்டாள்.
தண்பொருநைப் பூங்கரையில்
தாவிஅணில் பாட்டிசைக்க
வண்டொலிக்கும் சோலையினை,
வயற்பயிரை, வானழகை,
உண்டழித்துக் கங்குல்மகள் நின்றாள் – பின்
ஊர்க்குள்ளும் வாய்திறந்து சென்றாள்"

இப்படி, இரவு பேயுருவாய்த் தென்பட்டாலும், விடியல் என்பது சேயுருவாய்த் தென்படுகிறது. விடியல் என்பது சின்னஞ்சிறுவனாகவும் பச்சிளஞ் சேயாகவும் இவர் பாடலில் துயில்கலையக் காண்கிறோம்.

"கருக்கல் எனும்சிறு செல்லப்பயல் – இளங்
காற்று விரலின் குளிர்ச்சிலிர்ப்பால்
உறக்கமாம் போர்வை முகம் விலக்கி – என்
உணர்வை வருட, எழுந்திருந்தேன்"
"பன்மணி ஆடும் கிலுகிலுப்பை – தன்னைப்
பாட்டிதன் பேரன்முன் ஆட்டுதல்போல்
பொன்னொளிர் வைகறைச் சேயினுக்கோ இங்குப்
புட்கள் கிலுகிலி ஆட்டி நிற்கும்"

என்று கேட்கிற இடத்தில் இயற்கையில் தோய்ந்த கவிஞரின் இதயம் நன்கு புலனாகிறது.

வைகறையையே ஒரு சேயாகக் காணும் கவிஞர், குழந்தைகள் உலகுக்கு எவ்வளவு நெருக்கமாக இருப்பார் என்று சொல்லவும் வேண்டுமோ? சிறுவரும் சிறுமியரும் மணல்வீடுகட்டி விளையாடும் காட்சியை வேடிக்கை பார்க்கிறது இவரின் கவியுள்ளம்.

"சின்னஞ் சிறு மணல் வீடு சேர்ந்து
செய்வதில்தான் என்ன பாடு!
பொன்னென வெண்மணல் கொள்வார் – சிலர்
போய்ச்சிறு கற்கள் கொணர்வார்
முன்னறை பின்னறை வைப்பார் ஒரு
மூலையில் திண்ணையும் வைப்பார்
இன்னும், கதவுகள் என்றே – தென்னை
ஈர்க்கினைப் பின்னி அடைப்பார்"

வீடும் கடையும் கட்டி விளையாடும் குழந்தைகளை ரசித்துப் பார்க்கிறார் கவிஞர்.

> "மிக்க விருப்பத்தினோடே அவர்
> வீட்டைக் கடையினை ஆள்வார்
> தக்க பெரியவர் போலே அவர்
> தாம் செய்யும் நாடகம் என்னே!
> ஒக்கலில் கல் ஒரு பிள்ளை – பால்
> ஊட்டியிருப்பாள் ஓர் அன்னை
> வெட்கப்படுபவள் ஓர் பாவை பொய்
> மீசை முறுக்குவான் ஓர் சேய்"

பொய்ச் சமையல் செய்து விளையாடும் குழந்தைகள், கவிஞரைக் கண்டதும் தங்களுடன் விருந்துக்கு அழைக்கிறார்கள். அந்த "விருந்தில்" கலந்து கொண்டபோதுதான் குழந்தைகள் உலகம் மற்றவர்களின் உலகத்தைவிட உயர்ந்தது என்பதை உணர்கிறார் தங்கப்பா....

> "அப்பக்கம் சென்றிட்ட என்னை – மிக
> அன்பாய் விருந்துக்கழைத்தார்
> சப்பணம் கூட்டிடச் சொன்னார் – ஒரு
> தட்டெனவே இலை போட்டார்
> குப்புறச் சோற்றை வட்டித்தார் – நல்ல
> குழம்பென நீரினை வார்த்தார்
> ஒப்புடன் உண்ணல்போல் உண்டேன் – அவர்
> உற்ற மகிழ்ச்சி என் சொல்வேன்!
> வீட்டின் சுவர்களும் மண்ணே! அவர்
> விரும்பும் சுவைப்பொருள் மண்ணே!
> கூட்டுக் கறிகளும் மண்ணே – நெய்க்
> குப்பியும் காண்பதும் மண்ணே
> ஏட்டினை ஆய்பவர்க்குண்டோ – மலை
> ஏறும் திறத்தவர்க்குண்டோ
> காட்சிப் புலவர்க்கும் உண்டோ – இந்தக்
> கற்பனை செய்திடும் ஆற்றல்"

என்கிறார். நியாயமான கேள்விதானே, இயற்கையோடும், ஏழை எளியவர்களோடும், குழந்தைகளோடும் கொஞ்சிக் குலாவுவதோடு நின்று விடுவதில்லை கவிஞர் தங்கப்பாவின் கவிதைகள். அவை கலக நிலைப்பாட்டையும் கைக்கொள்கின்றன. கவிஞர்கள் குயிலையும் கிள்ளையையும் போற்றும் தன்மையிலிருந்து விலகி ஆந்தையை ஆராதிக்கிறார் இவர்.

பாரதியின் 'குயில்பாட்டு' இலக்கியத்தோடு ஒப்பு நோக்கத்தக்க தாய் அமைந்திருக்கிறது தங்கப்பாவின் 'ஆந்தைப்பாட்டு'. ஒருநாள் காலார நடந்து செல்கிற கவிஞர் சுடுகாட்டுப் பக்கமாய் வருகிறார். அங்கு குடிகொண்டிருக்கும் "சொல்லொணாப் பேரமைதி" அவரை ஆட்கொள்கிறது. அந்தச் சூழலில் தன்னை மறந்து ஈடுபடுகிறார். சுடுகாடு குறித்த நுட்பமான சித்தரிப்பு இந்தக் கவிதையில் விரிகிறது.

"சுற்றுமுற்றும் நோக்கினேன்; சுக்குக்கற் பாறைமேல்
பற்றியங்குச் சாம்பல் படர்ந்திருக்கும்; ஆங்காங்குப்
பட்டுத் தலைகருகிப் பச்சையெல்லாம் காய்ந்தொழிந்த
குட்டைப்புல், முட்செடிகள், குத்தாய் வளர்ந்திருக்கும்
முள்ளெல்லாம் வெள்ளெலும்பாய் மூதெலும்புக் கூட்டைப்போல்
வெள்ளையாய்க் காய்ந்தவொரு வேலமரம் நின்றிருக்கும்.
கூனல் நரைக்கிழவன் கோலூன்றி நிற்பதுபோல்
சூன்விழுந்து மேனி சுருண்டோர் மரம் நிற்கும்
கள்ளி படர்ந்திருக்கும் கற்பாறை மூலையிலே
குள்ள முயலொன்று துள்ளிக் குதித்தோடும்.
நெல்லிமரம் சுள்ளிகளாய் நிற்கும்; நடக்கையிலே
புல்லின் நுனிகுத்தும்.போகையிலே கால்தடுக்கி
வெள்ளெலும்பு மின்னும்; விறகெரிந்து வீழ்ந்திருக்கும்.
கொள்ளிக் குடஞ்சிதறி ஓடாய்க் குவிந்திருக்கும்."

என்று சுடுகாட்டுக் காட்சியை நுட்பமாக விவரிக்கிறார் தங்கப்பா.

இங்குதான் ஆந்தை அவருக்கு அறிமுகமாகிறது. ஆந்தை பாடும் பாட்டு, மந்திரத்தாலோ, நெஞ்சின் மயக்கத்தாலோ, மாந்தர் பாட்டாக அவர் செவிகளில் சேர்கிறது. மாந்தரின் இழிநிலையை ஆற்றாது ஆந்தை அரற்றுவதாக அப்பாடல் அமைகிறது.

அழகற்ற பறவையென்று ஆந்தை கருதப்படுவதற்கு மாறாக, ஆந்தையின் "அழகு" கவிஞரை ஈர்க்கிறது.

"வட்டக் கருவிழியும் வன்மை அலகும் மிகக்
குட்டைக் கழுத்தும் குவி உடம்பும் என் நெஞ்சில்
ஆழப்பதிந்தென் அகத்தில் இனித்தனவே"

என்கிறார்.

பாரதி, குயில் பாட்டில் குரங்கை வர்ணிக்கிறபோது,

"மேனியழகினிலும் விண்டுரைக்கும் வார்த்தையிலும்
கூனியிருக்கும் கொலு நேர்த்தி தன்னிலுமே
வானரர்தஞ் சாதிக்கு மாந்தர் நிகர் ஆவாரோ"

என்று பாடுவதை இந்த இடம் நினைவுபடுத்துகிறது. ஆந்தையுடனான கவிஞரின் உரையாடல் தொடர்கிறது. மக்களைக் கண்காணிக்கும் பணியில் தான் இறங்கியுள்ளதாகச் சொல்லும் ஆந்தை, இருளில் நடக்கும் சமூகக் கொடுமைகளை விவரிக்கிறது.

“மக்கள் நிலையறியும் வேட்கையால் மண்டிருளில்
புக்கு நகர்நாடு போய்க்கண்டு மீள்வேன் நான்.
கூரையிலே வீற்றிருப்பேன்; சாளரத்தில் குந்திடுவேன்;
காரிருளின் தீமையெல்லாம் கண்டு புழுங்கிடுவேன்”

என்கிற ஆந்தை நள்ளிருளில் மக்கள் நடத்தும் பொல்லாக் கூத்துகளைப் பட்டியலிடுகிறது.

“வள்ளுவத்தின் மாண்புரைத்து வாய்கிழியும் ஓர்புலவன்
நள்ளிரவில் மாற்றான் மனைதோள் நயப்பதையும்
முன்னின்று வேலை நிறுத்தம் முழங்கியவன்
பின்மறைந்து கைக்கூலி பெற்று நடப்பதையும்
காதல் தவறுடையாள் கைமகவைக் கொல்வதையும்
பாதியிராப் பூசையென்று பார்ப்பான் ஓர் கோயிலிலே
தங்க நகை கழற்றித் தன்மடிக்கு மாற்றிவிட்டு
மங்கலுற்ற பித்தளையைக் கற்சிலைக்குப் பூட்டுவதும்
அஞ்சாத கொள்ளையும், ஆர்வமிகு சூதாட்டம்
விஞ்சு கொலைத் தொழிலும் வெய்ய பழிதீர்ப்பும்
கண்ணேரில் கண்டுள்ளேன்; காணாத தெத்தனையோ!?
எண்ணில் உளம் நடுங்கும் என்ன உலகமடா?
காட்சிக் கொடுமையினை கண்டு பொறுக்காமல்
வீட்டருகே பன்முறை நான் வீறிட்டுக் கத்திடுவேன்”

என்கிறது ஆந்தை. பாரதியின் குயிலைப் போலவே மங்கை வடிவுற்று, மிகப்பலபேசி, மீண்டும் ஆந்தை வடிவெடுத்து, தாவிப் பறந்தோட, கண்டதெல்லாம் கனவென்று கண்டுகொள்கிறார். இந்தக் கவிதையின் நயம் பாராட்டி நகர்ந்துவிடாமல், விழிப்புணர்வு கொள்ளுமாறு வேண்டி நிறைவு செய்கிறார் தங்கப்பா.

“விஞ்சு சுவையை வியக்காமல் இவ்வுலகம்
கொஞ் சமேனும் தன் குறையுணர்ந்தே இக்கதையால்
கூன்நிமிர்ந்தால் சற்றே குருட்டு விழிதிறந்தால்
நான் மறப்பேன் என்றன் துயர்”

என்று முடிகிறது ஆந்தைப்பாட்டு. ஆனாலும் ஆந்தை மீதான கவிஞரின் காதல் முடிந்தபாடில்லை.

அடுத்த சில பக்கங்களிலேயே, "ஆந்தையே கூவு!" என்று அறைகூவல் விடுக்கிறார். ஆந்தைக்கு "மாலைப் பெரும்புள்ளே" என்று இதில் புதிய பெயர் சூட்டுகிறார். ஆந்தைக்கு ஆதரவாய்ப் பாடும்போது, குயில்போல் வாழும் மனிதர்களையும் கண்டிக்கிறார்.

"காக்கையின் கூட்டில்போய்க் கள்ளத் தனம் புரியும்
போக்கிலாப் புன்குயில்போல் பொய்ப்பதெல்லாம் தாக்குறவே
வன்மைக் குரலெடுக்கும் மாலைப் பெரும்புள்ளே
என்முன் நீ வாராய் இனிது"
"மயல்அழிக, மென்மை மயக்கொழிக என்று
குயில்நடுங்கக் கூவுக நீ"
"கூர்த்த விழிப்புள்ளே, குறையுலகின் தீங்கெல்லாம்
பார்த்துச் சினமுற்றுப் பாய்வாய் நீ"
"நள்ளிரவில் கண்விழிக்கும் நாதப் பெரும்புள்ளே
கள்ளர் நடுங்கக் கரைவாய் நீ"

என்றெல்லாம் ஆந்தையை அழைக்கிறார் கவிஞர்.

351 பக்கங்களுக்குத் தொகுக்கப்பட்டிருக்கும் ம.இலெ. தங்கப்பா பாடல்கள், 'உயிர்ப்பின் அதிர்வுகள்' என்ற தலைப்பில் தமிழினி பதிப்பகத்தாரால் வெளியிடப்பட்டுள்ளது.

தமிழ் மரபின் நேரடிப்பதிவாய், அரிய பாடுபொருட்களின் சூடான தொகுப்பாய் ஒளிர்கிறது 'உயிர்ப்பின் அதிர்வுகள்'.

யாப்பின் கோப்புக் குலையாத இவரது கவிதைகளில் உள்ள ஆவேசமும், அந்த ஆவேசத்தின் ஆழம் பொதிந்த சொற்செட்டுகளும் வியப்பூட்டுகின்றன.

சிறுவரும் சிறுமியரும் மணல் வீடுகட்டி விளையாடும் காட்சியை வேடிக்கை பார்க்கிறது இவரின் கவியுள்ளம்.

-ரசனை,
ஆகஸ்டு 2007.

★

மனிதத்தின் மாண்பு

– முனைவர் இரா. சத்தியமூர்த்தி

இருபத்தொன்றாம் நூற்றாண்டின் பூங்குன்றனார் நம் பேராசிரியர் ஐயா தங்கப்பா அவர்கள். அவரைப் பார்ப்பது சங்கச் சான்றோரைப் பார்ப்பதைப் போன்றது. அவரோடு உரையாடுவது சங்கச் செய்யுளைப் படிப்பது போன்றது. சங்கப்பாடல்களில் இயற்கை கிறந்த நிகழ்வுகள் இல்லை. கரவு இல்லை. உண்மையும் வெளிப்படைத்தன்மையும் சங்கப்பாடல்களின் சிறப்பாகும். இத்தகைய பண்பு நலன்கள் நம் ஐயா அவர்களிடம் மிகுதியும் உண்டு. காதல் தனித்து நிற்கின்றது. Love stands alone என்ற அவர்தம் ஆங்கில மொழியாக்கம் அழகானது காதலைப் போலவே. நுண்மையை நோக்கிய அவரது பயணத்தில் வள்ளுவரும் ஜே.கிருஷ்ண மூர்த்தியும் அவருடன் பயணிப்பதை உணர்வர், உணர்வார்.

குழந்தைகளுக்குப் பாடல்கள் மூலம் மனிதத்தை (Humanity) விதைப்பதில் ஐயா அவர்கள் வல்லமை ஆனவர். புகழ்பெற்ற சாகித்திய அகடெமி விருதுகள், நம் ஐயா அவர்களுக்கு அணி சேர்த்ததன் மூலம் தம்மை அணி செய்து கொண்டன. சாகித்திய அகடெமியின் இரு விருதுகளுக்கு உரியவர் நம் சான்றோர்.

'மனநலம் மன்னுயிர்க்கு ஆக்கம்' என்ற வள்ளுவத்தின் வாய்மொழியில் தோய்ந்து வாழ்பவர்கள் நம் ஐயா. ஒப்பீடு, அழுக்காறு, போட்டி, 'யான், எனது' என்னும் செருக்கு, பெருமை பாராட்டல் இவையனைத்தும் இல்லாத துறவி; மனத்துக்கண் மாசற்ற மனித நேயர். அய்யா அவர்கள் மாந்தர் உறவைப் பேணிக் காப்பதிலும், பேணி வளர்ப்பதிலும் ஈடு இணையற்றவர். மாந்தர் உறவே நம்மை உள்ளபடி காட்டும் உன்னதக் கண்ணாடி என்பார் ஜே.கிருஷ்ணமூர்த்தி. மாந்தர் உறவை உயிரெனக் கருதுவதால் நம்

ஐயா அவர்களின் தனிப்பட்ட பணிகள் தற்காலிகமாக முடங்கவும் செய்கின்றன. எனினும் தம்பணியினும் மாந்தர் பணியே தகைசான்ற பணியெனக் கருதி வாழும் அப்பர் அடிகள் நம் அய்யா அவர்கள்.

இதனை யான் நேரில் கண்டவன். அய்யா அவர்கள் புதுச்சேரியில் அவ்வை நகரில் வாழ்பவர்கள். யான் சொந்தக் காரணங்களுக்காக புதுவையில் குடும்பத்துடன் கதிர்காமத்தில் வாழ்ந்திருந்தேன் ஐந்து ஆண்டுகள்; அத்துடன் கல்வியியல் கல்லூரி ஒன்றில் பேராசிரியராகவும் பணியாற்றி வந்தேன். என் அன்பிற்குரிய வாழ்க்கைத் துணைவியார் புற்று நோயால் அவதிப்பட்டுக் கொண்டிருந்தார். நம் ஐயா அவர்கள் செய்தி கேட்டதும் அவ்வை நகரிலிருந்து கதிர்காமத்திற்கு இளம் காலைப்பொழுதில் மிதிவண்டி மூலம் வந்து விட்டார். ஆறுதல் பல எனக்குக் கூறி காலை உணவையும் எங்களுடன் உண்டு எங்களை உற்சாகப்படுத்தினார். மனிதத்தின் மாண்பை வெளிப்படுத்திய அய்யாவின் சிறப்பினை எண்ணி எண்ணி யான் வியந்து போனேன். அய்யா அவர்கள் பழந்தமிழ்ச் சான்றோர்களின் மரபணுக்களைத் தன்னகத்தே கொண்டவர்கள். அதனால்தானோ என்னவோ இயற்கை ஆர்வலராய் வாழ்நாள் முழுதும் விளங்குகிறார். பழந்தமிழ் இலக்கியத்தில் இயற்கை கோலோச்சியதைக் கற்றவர் அறிவர். உயிர்ச்சூழல் கெடக்கூடாது என்பதாலேயே மிதிவண்டியைப் பயன்படுத்துகிறார் நம் அய்யா அவர்கள்.

அய்யா அவர்களின் வளர்ச்சிக்கும் புகழுக்கும் புகழ் சேர்ப்பவர் அய்யாவின் வாழ்க்கைத் துணைவியார் ஆவார். இந்தியைக் கற்றுப் புலமை பெற்ற நம் அன்னையாரிடம் அருந்தமிழ்ச் சொற்கள் களிநடம் புரியும். அய்யா தமிழ் பேசுவது இயல்பு; ஆயின் அன்னையார் தமிழ் பேசுவதோ சிறப்பு. விருந்தோம்பலுக்கு எடுத்துக்காட்டு அய்யாவின் குடும்பம். சிரித்த முகத்துடன் அன்னை உணவளித்து, யான் உண்டு மகிழ்ந்திருக்கிறேன். பேராசிரியர் அய்யாவின் மகளார் திருமதி மின்னல் ஒண்தமிழ் ஒளிக்கீற்று; மருமகனாரோ நற்பண்புகளில் போற்றுதற்குரிய திருமாலாய் விளங்கும் பெருமாள் ஆவார். இதனை அவருடன் யான் உரையாடும்போது கண்டிருக்கிறேன். இன்னிசை வேந்தனோ (அய்யாவின் பெயரன்) தமிழ் வேந்தனாய், வந்தாரை வரவேற்றுத் தேநீர் அளிப்பதில் பறம்பிற்கோமான். மொத்தத்தில் பேராசிரியர் குடும்பமே நல்லதொரு பல்கலைக் கழகம்.

வேந்தர் நம் அய்யா அவர்கள்
இணை வேந்தர் நம் அன்னையார்
துணை வேந்தர் நம் இசைவேந்தன்

அங்கே நாம் இயற்கையைக் கற்கலாம். வள்ளுவத்தைப் படிக்கலாம். ஜே.கிருஷ்ணமூர்த்தியைப் புரிந்து கொள்ளலாம். மனநலத்தின் மாண்பை அறிந்து கொள்ளலாம். எளிமையாய் வாழ்வதைப் பழகிக் கொள்ளலாம். ஒரே வரியில் சொன்னால் மனிதத்தின் மாண்பைக் கற்றுணர்ந்து வையத்துள் வாழ்வாங்கு வாழும் வகையை அறியலாம் அங்கு. வளரொளி விளக்காய், தன் நிலவாய் என்றும் ஒளிவிடும் வெண்ணிலவாய்ப் பேராசிரியர் அய்யா அவர்கள் நமக்கு விளங்குகிறார்.

அய்யாவும் அன்னையாரும் அறவாழி அந்தணன் அருளால் நீடினிது நலம் பெற்று வாழ்ந்து மானுடம் தழைக்கப் பணியாற்றுவார்கள். இது உண்மை. வெறும் புகழ்ச்சி இல்லை.

முனைவர் இரா. சத்தியமூர்த்தி
முதல்வர் (ஓய்வு), ஜெ.ஜெ.கல்வியியல் கல்லூரி
புதுக்கோட்டை.
23.09.2014

★

வாழ்க தங்கப்பா!

- பாவலர் இலக்கியன்

பேராசிரியர் ம.இலெ.தங்கப்பா அவர்கள் தமிழிலும் ஆங்கிலத்திலும் தக்க புலமை உள்ளவர். மொழியாக்கம் செய்வதில் வல்லவர். தனித்தமிழ்க் கொள்கையர். சிறந்த பாவலர். பொதுமை நெஞ்சினர். மொழி காக்கப் களம்புகும் தமிழ் மறவர். மாந்தத் தன்மையர்; அன்பு வாழ்வினர். அன்பே அனைவருடைய நல்வாழ்வுக்கும் நல்லின்பம் சேர்க்கும் என்பதை வலியுறுத்துபவர். பரிசு, பாராட்டு, பட்டம் விருதுகள் எல்லாம் பெற்றவர். நமது நாடு தவிர்த்து வேறெந்த நாட்டிலாவது அவர் இருந்து வந்தால் உலகமே தலைமேல் தூக்கி வைத்து கொண்டுக் கொண்டாடி இருக்கும். அத்தகு பெருஞ்சிறப்புடையவர் பேராசிரியர் ம.இலெ. தங்கப்பா அவர்கள்.

> கெஞ்சுவதில்லை பிறர்பால்; அவர்தம் கேட்டினுக்கும்
> அஞ்சுவதில்லை; மொழியையும் நாட்டையும் ஆளாமல்
> துஞ்சுவதில்லை; எனவே தமிழர் தோளெழுந்தால்
> எஞ்சுவதில்லை புவியில் எவரும் எதிர் நின்றே:

என்னும் தென்மொழி இதழில் முதற்பக்கம் அமைந்த கொள்கைப் பாவிற்கேற்ப இன்று வரை விடாமல் நடையிட்டு வருகிறார் என்பதை எண்ணும்போது அவரை எவ்வளவு பாராட்டினாலும் தகும் என்பதை விட அவர் வழியில் நாமெல்லாம் மொழியுரிமைக்கும் நாட்டு விடுதலைக்கும் இன மீட்சிக்கும் செல்லாமல் இருந்து வருவது பெருங்குறையாகும். இப்படியே நாமும் இருந்து வந்தால் தமிழுக்கும் தமிழர்க்கும் என்றுமே மீட்சியில்லை.

பாவலரேறு பெருஞ்சித்திரனார் நடத்தி வந்த தென்மொழி இதழில் அவர் படைப்பாக வெளிவந்த ஆந்தைப்பாட்டு, இயற்கையாற்றுப்படை என்றும் போற்றத்தக்கனவாம். அவர் எழுதி வந்த நூல் நிறையும் அன்று வளரும் பாவலர்களுக்குப் பாட்டின் தன்மையை நன்கு விளக்கும் கலங்கரை விளக்காக இருந்தது எனலாம். அதே உணர்வோடும் எழுச்சியோடும் இன்றும் அவரை ஆசிரியராகக் கொண்டு வெளிவரும் 'தென்தமிழ்' இதழையும் பாராட்டாமல் இருக்க முடியாது.

தமிழ் விடுதலைக்கே வாழ்ந்து வரும் தக்கார் பேராசிரியர் ம.இலெ.தங்கப்பா அவர்களின் வழியில் நாமெல்லாம் நடையிட்டால் தமிழகம் விரைவில் மீட்சியுறும் என்பதில் ஐயமில்லை. வாழ்க பேரா. ம.இலெ.தங்கப்பா அவர்கள்.

★

தங்கப்பாவின் கவிதையுலகம் – துலக்கமும் ஒடுக்கமும்

- பாவண்ணன்
எழுத்தாளர் மொழிபெயர்ப்பாளர்

தங்கப்பாவின் கவிதையுலகம் ஏறத்தாழ அரைநூற்றாண்டுக் கால நீட்சியையுடையது. பாரதியார், வள்ளலார், பாரதிதாசன் ஆகிய மாபெரும் ஆளுமைகளின் தொடர்ச்சியாகத் தமிழில் இயங்கிய சக்தியாக அவரை அடையாளப்படுத்தலாம். யாப்புவடிவில் அவர் சொற்கள் ஓர் அருவியைப்போல விழுந்துகொண்டிருப்பதைப் பார்க்க வியப்பாக இருக்கிறது. அதன் பாய்ச்சலில் ஒரு தடையுமில்லை. சீரான வேகத்துடனும் தாளலயத்துடனும் சொற்கள் உற்பத்தியானபடி இருக்கின்றன. எடுத்துரைப்பில் அவருடைய பாடல்களில் ஒரு சின்னப் பிசகுகூட இருப்பதில்லை. அவர் பாடல்களை மனமொன்றிப் படிக்கும்போது அச்சொற்களின் கதகதப்பு நம் மனத்தில் மெல்லமெல்லப் படியத் தொடங்குகிறது. அந்த வெப்பம் பெருகப்பெருக அச்சொற்கள் ஏதோ ஒரு புள்ளியில் நம் நெஞ்சிலிருந்து பெருகுவதைப்போல ஓர் உணர்வு உருவாகத் தொடங்குகிறது. அந்த அனுபவத்தை நம் அனுபவமாக எண்ணும் விருப்பமும் ஏற்படுகிறது. அவருடைய அரைநூற்றாண்டுக் காலக் கவிதைகளில் அத்தகு விருப்பத்தை உருவாக்குபவையே மிகுதி. அது அவருடைய தனிப்பட்ட வெற்றி.

அவருடைய அனுபவத்தை நம் அனுபவமாக மாற்றி எண்ணிக்கொள்ளும் விருப்பம் என்று சொல்வதற்கும் நமக்கும் இத்தகு அனுபவங்கள் வாய்த்திருக்கின்றனவே என்று கரைந்து நெகிழ்வதற்கும் ஒரு சின்ன வேறுபாடு உண்டு. மனம் எண்ணும்

ஒன்றை நம்பி நடைமுறைப்படுத்தி அப்புள்ளியில் தோய்ந்து திளைத்திருத்தல் என்பதுதான் அந்த வேறுபாடு. ஒற்றுமையும் வேற்றுமையும் ஒரே புள்ளியில் நிகழ்வது விசித்திரமாகத் தோன்றலாம். ஆனால் தங்கப்பாவின் கவிதைகளைப் படிக்கும்போது எழுவது இந்த எண்ணம்தான். தமிழ்க்கவிதை மரபில் இத்தகைய ஒற்றுமைக்கும் வேற்றுமைக்கும் நீண்ட மரபு உண்டு. "மரத்தை மறைத்தது மாமத யானை. மரத்தின் மறைந்தது மாமத யானை" என்று மொழியும் கவிஞரால் மரத்தையும் மாமத யானையையும் எந்தச் சந்தேகமும் இல்லாமல் ஒரே இடத்தில் பார்க்க முடிந்திருக்கிறது. அதைப் படிக்கும் வாசகர்களுக்கு அப்படி ஓர் அனுபவம் தமக்கும் வாய்க்கக் கூடாதா என்ற விழைவு ஏற்படுகிறது. ஆனால் அந்த விழைவு கூடிவராத அளவு ஏதோ ஒன்று தடையாகவும் இருக்கிறது. பக்தி இலக்கியக் காலக்கட்டத்துக் கவிஞர்கள் அனைவருக்கும் இந்த அனுபவம் இருந்தது. காரைக்கால் அம்மையாருக்கு இருந்தது. ஆண்டாளிடம் இருந்தது. வள்ளலாரிடமும் குடிகொண்டிருந்தது. காக்கைச் சிறகினிலே நந்தலாலாவின் கரிய நிறத்தைக் காண்கிற பாரதியாருக்கும் இருந்தது. அவர்களிடம் பொங்கி வழிந்த தெய்வநேச உணர்வுக்கு அளவே இல்லை. நேசம் அவர்களைக் கரைத்துவிடுகிறது. நேசத்தில் கரைந்திருக்கும் போது தெய்வத்தின் இருப்பை விருப்பப்பட்ட விதங்களில் மாற்றி அவர்கள் நிகழ்த்தும் உரையாடல்கள் அற்புதமாக இருக்கின்றன. ஆண்டாளைப்போல, பாரதியாரைப்போல நமக்கும் ஆவேசமாக உரையாட ஆசையாகவே உள்ளது. ஆனால் அது நிகழ்வதில்லை. "ஊரிலேன் காணியில்லை, உறவு மற்றொருவரில்லை" என்றோ "ஊர்வேண்டேன் பேர்வேண்டேன்" என்றோ சொல்லியவண்ணம் அவர்கள் அளவுக்கு நம்பிப் பின்செல்ல நம்மால் முடியவில்லை. அதனாலேயே அவர்கள் அளவுக்கு நம்மால் கரைந்துபோகவும் முடியவில்லை. இந்த ஒற்றுமையையும் வேற்றுமையையும் பல நூற்றாண்டுகள் கடந்து நம்மை மீண்டும் உணர வைக்கின்றன தங்கப்பாவின் கவிதைகள். ஆனால் இக்கவிதைகளின் பின்புலமும் பக்தி அல்ல, சமூகம்.

"விழிப்பு வேண்டும்" என்பது தங்கப்பாவின் ஒரு கவிதை. கவிதையில் ஒருவர் சாலை வழியாக நடந்து வருகிறார். வழியில் கல்லொன்று கிடக்கிறது. வருகிறவர்கள் போகிறவர்கள் காலில் இடிக்குமே என்று காலாலேயே அக்கல்லை உதைத்துத் தள்ளுகிறார்.

உதைபட்டு உருண்டோடிய அந்தக் கல் பாதை விளிம்பைத் தாண்டி வேகமாக உருண்டோடிச் சென்று பாதையருகே பயிர் நிலத்திடையே ஓரமாக தழைத்திருந்த ஓர் ஆமணக்குச் செடியின் கொழுந்தைத் தாக்கி ஒடித்துவிட்டு கீழே விழுகிறது. கல்லை ஒதுக்கித் தள்ளியவர் கண்களிலும் இக்காட்சி படுகிறது. தன் செயலுக்காக உண்மையிலேயே வருந்துகிறார். வருந்தி என்ன செய்ய முடியும்? நல்லது செய்வதாக நினைத்துக்கொண்டு நாம் ஏதோ ஒன்றைச் செய்யத் தொடங்குகிறோம். ஆனால் வேறொன்றை அது பாதித்துச் சிதைத்துவிடுகிறது. இங்கே நோக்கம் நல்லதாகவே இருக்கிறது; செயலும் நல்லதாகவே இருக்கிறது. ஆனால் முடிவில் எதிர்பார்த்த நல்லதும் நடப்பதோடு எதிர்பாராத பாதிப்பும் நிகழ்கிறது. எதிர்பாராத பாதிப்பையும் நாம் கணக்கிலெடுத்துக்கொள்ளும் விழிப்புணர்வு வேண்டும் என்ற எண்ணத்தைத் தூண்டுகிறது கவிதை. இந்த எளிய கவிதையில் சித்தரித்துக் காட்டப்படும் நிகழ்ச்சி நம்மில் பல பேருடைய வாழ்க்கையில் நிகழ்ந்திருக்கலாம். அந்த எண்ணம் கவிதை வாசிக்கும்போது உடனடியாக ஒரு நெருக்கத்தையும் ஒற்றுமையையும் உணர வைக்கிறது. ஆனால் அவர் சுட்டிக்காட்டும் விழிப்பு நம்மிடம் இல்லை. அங்கு எதிர்பாராத ஒரு வேற்றுமையுணர்வு நம் மனத்தில் எழுகிறது.

“வாழும் காதல்” என்பது தங்கப்பாவின் இன்னொரு கவிதை. ஓர் இளம்பெண்ணுக்கும் இளைஞனுக்கும் நிகழும் உரையாடலாக அமைந்த கவிதை. உரையாடலென்று சொல்வதுகூட பிழையாகலாம். காதலை முன்மொழியும் இளைஞனை நோக்கி இளம்பெண் நிகழ்த்தும் உரை என்றுதான் அதைச் சொல்ல வேண்டும். நான்கு விருத்தங்களைக் கொண்ட இக்கவிதை பல தளங்களை நோக்கி அழகாக நகர்ந்து செல்லும் தன்மை கொண்டதாக உள்ளது. “சிவந்த உடல் அழகினுக்கும் முகமலர்க்கும் சிற்றிடைக்கும் மென்மயில்நேர் சாயலுக்கும் உவந்துன்னை நான் காதலித்தேன் என்பீராயின் உயர்வுடையீர், உம்காதல் எனக்கு வேண்டாம்” என்று மறுக்கத் தொடங்குகிறாள் அந்தப் பெண். அவனுடைய காதலை ஏற்க மறுப்பதற்கு அவளுக்கென்று ஒரு தனிப்பட்ட காரணம் இருக்கிறது. தன்னைவிடச் சிவந்த உடலும் தன்னைவிடச் சிவந்த அழகும் தன்னைவிட மென்மையும் கொண்ட ஒருத்தியைச் சந்திக்க நேரும் வாய்ப்பு அமையுமென்றால் அவற்றால் அவன் ஈர்க்கப்பட மாட்டான் என்று எப்படிச் சொல்ல முடியும்? ஈர்ப்புக்கான

மையப்புள்ளி அழகு என இருக்கும் நிலையில் அந்த ஈர்ப்பு இன்னும் கூடுதலாகத்தானே அப்போது செயல்படும். "அப்போது என்னைவிட்டு அவர் பின்னால் போகத்தானே செய்வீர்கள்?" என்று கேட்கிறாள் அவள். பிறகு "கல்வியினால் நுண்ணறிவால் பாட்டியற்றும் கற்பனையின் திறத்தாலே கவர்ச்சியுற்று மெல்லிஉனைக் காதலித்தேன் என்பீராயின் மேதகையீர், உம்காதல் எனக்கு வேண்டாம்" என்று மறுபடியும் உறுதியாகத் தன் மறுப்பைத் தெரியப்படுத்துகிறாள். கல்வி, அறிவு, திறமை என்பவை ஈர்ப்புக்கான மையங்கள் என ஆகும் நிலையில் இவற்றைவிட கூடுதலான கல்வி, கூடுதலான அறிவு,கூடுதலான திறமை ஆகியவற்றைக் காணநேரின் மனம் விலகிச் செல்லாது என எப்படி எடுத்துக்கொள்ள முடியும் என்று கேட்கிறாள். இப்படி நான்கு விருத்தங்கள் இருக்கின்றன. உரையின் முடிவில் தன்னை எல்லாவிதக் குறைகளோடும் நிறைகளோடும் காதலிக்கும் எண்ணத்தை அவனிடம் விதைக்கிறாள். குறைகளையும் நிறைகளையும் இணையானவையாக மதித்து மனமொப்பி உருவாகும் காதலில் ஊறும் உணர்ச்சியை அவனை உணர வைக்கிறாள். "வையமெலாம் அழிந்தாலும் கடல்தூர்ந்தாலும் வாழும் அந்தக் காதல்" என்று சொல்லி முடிக்கிறாள். இப்படி ஓர் உரையாடல் நம்மிடம் நிகழ்த்தப்பட்டால் நமக்கு என்ன தோன்றும்? பிடித்ததன்பால் விருப்பு, பிடிக்காதவற்றின்பால் வெறுப்பு, ஈடுபாடு அல்லது ஒவ்வாமை, ஆசை அல்லது விலகல், நட்பு அல்லது கோபம் என இரு வேறுவேறு விளிம்புகளிடையே மாறிமாறி ஊடாடுகிற நம் மனத்துக்கு இந்தக் கோரிக்கை விசித்திரமாகப் படலாம். ஆணுக்கும் பெண்ணுக்கும் இடையிலான காதல் ஏற்பாக மட்டும் கவிதையைச் சுருக்கிப் பார்க்கத் தேவையில்லை. இந்த உலகை ஏற்றுக்கொள்தல், இந்த உறவுகளை ஏற்றுக்கொள்தல், விமர்சனங்களை ஏற்றுக்கொள்தல் எனப் பல ஏற்றுக்கொள்தல்களை இதன் விரிவாகக் காணலாம். "குறைகளோடு ஒன்றை ஏற்றுக்கொள்தல்" என்பது அவ்வளவு எளிதான விஷயமல்ல. ஆனால் தங்கப்பாவின் மனத்துக்கு அது சாத்தியமாகியுள்ளது.

"குழந்தைகள் ஆட்டம்" என்பது இன்னொரு கவிதை. மணல்வீடு கட்டி விளையாடும் குழந்தைகளின் களியாட்டத்தைச் சித்தரிக்கிறது இக்கவிதை. ஒட்டாங்கச்சிகளைப் பண்டங்களின் சேமிப்புப் பாத்திரங்களாகவும் மணலைப் பருப்பாகவும்

வேப்பங்கொழுந்தைக் கீரையாகவும் சுண்ணாம்புத் தூளை சர்க்கரையாகவும் துத்தி இலைகளை அப்பளங்களாகவும் சுட்டி நிகழ்த்தப்படும் அந்தப் பிள்ளைப் பெருவிருந்தில் கலந்துகொள்ளக் கவிஞருக்கும் அழைப்பு விடுக்கப்படுகிறது. தட்டு என்று போடப்பட்ட இலையில் சோறெனமண்ணும் குழம்பென தண்ணீரும் பரிமாறப்படுகின்றன. அவரும் உண்ணுவதைப்போல அபிநயித்து பிசைந்தும் உண்டும் காட்டியதும் சிறுவர்கள் மகிழ்ச்சி உச்சத்துக்குப் போய்விடுகிறது. "வீட்டுச் சுவர்களும் மண்ணே – அவர் விரும்பும் சுவைப்பொருள் மண்ணே, கூட்டுக் கறிகளும் மண்ணே, நெய்க் குப்பியும் காண்பதும் மண்ணே" என மண்ணை வெவ்வேறு விதமாகக் கற்பனை செய்து பார்த்துத் துய்க்கும் சிறுவர்களோடு சிறுவனாகக் கவிஞரும் இன்பத்தில் திளைக்கிறார். இன்னொரு கவிதையில் அஞ்சல்காரருக்காகக் காத்திருக்கும் வேளையில் சுற்றுப்புற நிகழ்வுகளில் தோய்வதையும் புகைவண்டியைப் பிடிக்கச் சென்றுவிட்டு வேடிக்கை பார்த்தும் அங்குமிங்கும் நடந்தும் அசதியில் உறங்கியும் பொழுதைக் கழித்ததில் புகைவண்டியைத் தவறவிட்ட பிறகு, நாணத்துடன் வீட்டுக்குத் திரும்புவதைப் பற்றி இன்னொரு கவிதையிலும் சொல்லப்படுகிறது. தங்கப்பாவின் நூற்றுக்கணக்கான கவிதைகளில் இப்படி எடுத்துக்காட்டாகச் சொல்ல ஏராளமான கவிதைகள் உள்ளன.

இக்கவிதைகளில் விவரிக்கப்பட்ட சித்திரங்களைச் சற்றே தொகுத்துப் பார்க்கலாம். தொடக்கத்தில் எல்லாருக்கும் சாத்தியமாகும் ஒன்றாகவே எல்லாச் சித்தரிப்புகளும் தொடங்குகின்றன. ஆனாலும் இறுதியில் அவருக்கு மட்டுமே சாத்தியமாகிற ஒரு புள்ளியில் எல்லாக் கவிதைகளும் முடிவடைவது ஏன் என்பது ஒரு முக்கியமான கேள்வி. அவரிடம் நிரம்பி இருக்கிற அந்த நுட்பமான உணர்வு எது? பல்வேறு படிநிலைகளும் கூறுகளும் வளர்ப்புகளும் வண்ணங்களும் கொண்ட மனித நாகரிகத்தை வளர்த்தெடுக்கும் ஆவேசத்தில் அடிப்படையிலிருந்து பிறழ்ந்துவிடக்கூடாது என்னும் எச்சரிக்கை உணர்வாக அதை எடுத்துக்கொள்ளலாம். வாழ்க்கையின் அடிப்படைகளாக அன்பு, உண்மை, ஒழுங்கு, அகத்தூய்மை ஆகியவற்றை வரையறுத்துக் கொள்கிறார் தங்கப்பா. மனித நாகரிகம் செழுமையுற நாம் செய்யும் செயல்கள் இந்த அடிப்படைகளின் ஊற்றுக்கண்களிலிருந்து

பீறிட்டெழும் முயற்சிகளாக இருக்க வேண்டும் என்று நினைக்கிறார். இந்த நுட்ப உணர்வு செயல்படும்போதுதான் பாதையிலிருந்து அகற்றவேண்டிய கல்லை எவ்விதமான பாதிப்பும் இல்லாமல் நம்மால் அகற்ற முடியும். குறைகளும் நிறைகளும் இணைந்ததாகக் காதலை ஏற்றுக்கொள்ள இயலும். புகைவண்டியைத் தவறவிட்டதைப் பற்றிய இழப்புணர்ச்சி எதுவுமில்லாமல் திரும்பிவர முடியும். காத்திருக்கிற சிறு வேளையில்கூட ஐம்புலன்களையும் விழிப்புற வைத்திருக்கவும் முடியும்.

இந்த நுட்ப உணர்வை என்னவென்று சொல்லி அடையாளப் படுத்தலாம்? கனிவு என்று சொல்லலாம். பரிவு என்று சொல்லலாம். கருணை என்று சொல்லலாம். அது மானுட மனத்தில் ஓர் அருவியைப்போல ஊற்றெடுத்துப் பொங்கியபடி இருக்கிறது. தங்கப்பாவைப் போன்ற ஒரு சிலர் மட்டுமே அந்த ஊற்றை அடையாளம் காண்கிறார்கள். மற்றவர்களிடம் அந்த ஊற்றுக்கண் தூர்ந்துபோகும் அளவுக்கு அல்லது துலக்கம் பெறாத அளவுக்கு வேறு என்னென்னமோ சக்கைகளால் அடைபட்டுப் போயிருக்கிறது.

“பாடுகின்றேன்”, “தேடுகின்றேன்” ஆகிய இரண்டு நெடுங்கவிதைகளும் தங்கப்பாவின் சாதனைப் படைப்புகள் என்றே சொல்லவேண்டும். இயற்கையோடு கரைந்து நிற்கும் உணர்வை “பாடுகின்றேன்” கவிதைகள் முன்வைக்கின்றன. அன்பு நிறைந்த ஓர் இணைமனத்துக்கு ஓர் அழைப்பாக “தேடுகின்றேன்” கவிதைகள் மூமபிக்கின்றன. இந்த இயற்கையோடு கரைந்து உவகையுறும் அரும்பெரும் வாய்ப்பை அனைவருக்கும் உரியதாக்கி இந்த உலகமே ஆனந்தத்தில் கரைந்து நிற்கும் கண்கொள்ளாக் காட்சியைக் காணும் பேராவல் உந்தித் தள்ள விடுக்கப்படும் அழைப்புகளே இக்கவிதைகள். அனைவரும் அன்பில் திளைத்து ஆனந்தமடைவதற்காகவே இந்த வாழ்க்கை நமக்கு வாய்த்துள்ளது. ஆனாலும் அதன் எளிய உண்மையை நாம் புரிந்து கொள்ள முயற்சி செய்வதில்லை. நூற்கண்டில் உள்ள நூலை முறையில்லாமல் இழுத்து சிக்கலாக்கிக்கொண்டு திண்டாடுகிற குழந்தையைப்போல வாழ்க்கையையும் சிக்கலாக்கிக்கொண்டு தவிக்கிறோம். மூழ்கி முத்தெடுக்க நினைக்காமல் எளிதாகக் கிடைக்கிற கரையோரக் கிளிஞ்சல்களைச் சேகரித்து அந்த மகிழ்ச்சியில் திளைத்துக் காலம் தள்ளுகிறோம். நம்மிடையே எங்காவது நெகிழ்ச்சியும் அன்பும் நிறைந்த ஒரு நல்ல உள்ளம் இருக்கக்கூடும் என்றும் தாய்ப்பசுவின்

குரலைக் கேட்டதும் அடையாளம் கண்டு ஓடோடி வரும் கன்றைப்போல அந்த உள்ளம் எழுந்தோடி வந்து தன்னுடன் இணைந்துகொள்ளக்கூடும் என்றும் எழும் நம்பிக்கையின் அடிப்படையில் "தேடுகின்றேன்" கவிதைகள் தன் இணைமனத்தைத் தேடி ஒலித்தபடி உள்ளன.

உள் ஏக்கம் தீர்வதுதான் வாழ்க்கையென்று நம்புகிறவர்களால் இன்றைய உலகம் நிறைந்துள்ளது. "உறவென்றால் தாம் நடுவில் நிற்றல் வேண்டும். உலகத்தார் தமைச்சுற்றி வருதல் வேண்டும்" என்ற பேராசையில் எங்கும் எல்லா இடங்களிலும் தம்மை நடுப்புள்ளியாக நிலைநாட்டி நிற்கத் துடிக்கிறவர்களால் நிறைந்துள்ளது. தன்முனைப்பு என்னும் கிறக்கம் உச்சத்துக்கு ஏறிவிட பம்பரம்போல ஆடுகின்றவர்களாகவே அனைவரும் இருக்கிறார்கள். ஒன்று சொன்னால் அதை இன்னொன்றாகப் புரிந்துகொள்கிறார்கள். குயிலின் பாடல் அவர்கள் மனத்தைக் கரைப்பதில்லை. மாறாக, அதன் இறைச்சி மணம் அவர்களை ஈர்க்கிறது. அவர்களை நசைமனத்தவர்கள் என்று தம் கவிதைகளில் அடையாளப்படுத்துகிறார் தங்கப்பா. மனத்தில் பொங்கி வழியும் நசையை வடியச் செய்துவிட்டு விடுதலையாகும் எண்ணம் எல்லாரிடமும் நிரம்பவேண்டும் என்று எதிர்பார்க்கிறார். தன்னலத்திலிருந்து விடுதலை. நடுப்புள்ளியாகத் தன்னைக் கருதுவதிலிருந்து விடுதலை. செல்வத்திலிருந்து விடுதலை. புகழிலிருந்து விடுதலை. ஆனால் அது காற்றில் பறந்துபோகிற விடுதலை இல்லை. மண்ணில் ஆழமாகக் காலூன்றி நிற்கிற விடுதலைதான். ஒரு மரத்தைப்போல நிற்கிற விடுதலை. வானம் வெப்பத்தையும் மழையையும் குளிரையும் வாரி இறைக்கும். ஒளியும் இருளும் மாறிமாறி வந்தணைக்கும். கொம்புகளில் மணிப்புறாக்களும் மற்ற பறவைகளும் வந்து உட்கார்ந்து தாவித்தாவி விளையாடும். கிளைகள் தன்னிச்சையாக யாருக்கோ நிழலாக நின்று பயன்தரும். கனிகள் எல்லா உயிர்களுக்கும் உணவாகும். பச்சை இலைகள் படர்ந்து அரும்பும். பழுத்த இலைகள் உதிர்ந்துபோகும். அந்த மரம் எல்லாவற்றிலும் தோய்ந்திருக்கும். அந்த மரம் எல்லாவற்றுக்கும் இடம் தரும். அந்த மரம் எல்லாவற்றோடும் இணைந்திருக்கும். அதே நேரத்தில் எல்லாவற்றிலிருந்தும் விலகி நிற்கும். அந்த மரம் துய்க்கும் விடுதலையை மனம் துய்க்கும் நிலைக்கு மானுடன் உயரவேண்டும் என்பது அவர் விருப்பம்.

இந்த விடுதலையை தங்கப்பா தம் கவிதைகளில் ஏன் பரிந்துரைக்கிறார் என்றொரு கேள்வியை எழுப்பிக் கொள்ளலாம். மானுடனை ஒரு சமூக விலங்காக வரலாறு சொல்வதுண்டு. வனவிலங்கைவிட இந்தச் சமூகவிலங்கு மோசமான பண்புகளைக் கொண்டிருக்கிறது. விலங்கின் அடிப்படைக் குணம் வேட்டையாடுவதும், தனக்குரிய வனத்தில் சுதந்திரமாகத் திரிதலும். ஒரே காட்டில்தான் புலியும் சுதந்திரமாகத் திரிகிறது. மானும் சுதந்திரமாகத் திரிகிறது. பசிக்கு உணவைத் தேடிச் செல்லும் போதுதான் புலி மானை வேட்டையாடிக் கொல்கிறது. மானும் பசிக்கும்போதுதான் புற்களையும் இலைக்கொழுந்துகளையும் மேய்ந்து வயிற்றை நிரப்பிக் கொள்கிறது. பசியில்லாத நேரத்தில் எந்த விலங்கும் எதையும் கொல்வதில்லை; உண்பதுமில்லை. ஒன்றுக்கொன்று இரையாக இருந்தாலும் ஒவ்வொன்றும் தனிப்பட்ட அளவில் சுதந்திரமாக வாழும் வாழ்க்கை விலங்குகளுக்கு வாய்த்துள்ளது. விலங்குகள் வாழ்வில் கடைபிடிக்கப்படுகிற இந்தச் சின்ன அறம்கூட சமூக விலங்கான மனிதனிடம் இல்லை. பசிக்காத போதும் வேட்டையாடும் விலங்கு மனிதன். தேவையில்லாதபோதும் வேட்டையாடி வேட்டையாடி கொலைத்தொழிலை விடாது செய்கிறவன் மனிதன். அவனைப் பொருத்தவரை வேட்டையாடுவது என்பது உணவுக்காக மட்டும் அல்ல. வேட்டையாடும் சுவையில் திளைக்க. இப்படிப்பட்ட சுவைதான் சமூகவிலங்கை ஆட்டிப் படைக்கிறது. பத்துத் தலைமுறைகள் உட்கார்ந்து சாப்பிட்டாலும் கரையாத செல்வத்துக்குச் சொந்தக்காரனாக இருக்கிற மனிதன், போதுமென்ற எண்ணத்தோடு செல்வம் தேடும் வேட்டையை நிறுத்தாமல் மீண்டும்மீண்டும் செல்வத்தைத் தேடி ஓடுவது எதற்காக? செல்வத்துக்காக அல்ல. அந்த ஓட்டத்தின் சுவையில் திளைப்பதற்காக. ஊர்விட்டு ஊர்சென்றும் நகர்விட்டு நகர் சென்றும் ஏராளமான பெண்களை வேறுவேறு பெயர்களில் வேறுவேறு சூழல்களில் வளைத்துச் சுவைத்து உதறிவிட்டுச் செல்கிறவர்களைப் பற்றிய செய்திகள் செய்தித்தாட்களில் ஏராளமாக இடம்பெறுகின்றன. அந்த இன்பத்தின் சுவை அவர்களை ஏன் இழுத்துக்கொண்டே இருக்கிறது? எழுந்து நின்று பத்தடிகூட நடக்க முடியாதவர்கள் எல்லாம் மீண்டும்மீண்டும் தேர்தலில் நின்று ஆட்சியதிகாரத்தைக் கைப்பற்றவும் பதவி நாற்காலியில் அமரவும் ஏன் துடிக்கிறார்கள்? அதிகாரச் சுவையை விட்டுவிலகி நிற்கும் ஒரே ஒரு கணத்தைக்கூட அவர்களால் கற்பனை செய்தும் பார்க்க முடிவதில்லை.

தன்னை ஆட்டிப் படைக்கும் சுவையிலிருந்து விடுபடாமல் மறுபடியும் மறுபடியும் அதை நாடி அலைகிற சமூக விலங்காக மனிதன் வாழ்ந்தாலும், தன் வாழ்வின் அர்த்தமின்மையையும் காலமெல்லாம் தான் திளைத்திருந்த சுவையின் அர்த்தமின்மையையும் வெறுமையையும் புரிந்துகொண்டு தெளிவை நோக்கி நகர்ந்த ஒரு சில கணங்களும் வரலாற்றில் நிகழ்வதுண்டு. தொட்டதெல்லாம் பொன்னாகும் வரம்பெற்ற மைதாஸ் அள்ளியுண்ண ஒரே ஒரு வாய் சோறுகூட இல்லாமலும் எடுத்துக் குடிக்க ஒரே ஒரு வாய் தண்ணீர் கூட இல்லாமலும் தவித்தபோது செல்வத்தின் அர்த்தமின்மையைப் புரிந்து கொண்டிருப்பான். மற்றவர்களுடைய வீரமும் உதவியும் படையும் ஒத்தாசையாக நிற்குமென்று நம்பி ஜானகியைக் கவர்ந்து வரவில்லை என்றும் தன் வீரத்தை நம்பியே அவளைக் கவர்ந்து வந்ததாகவும் அறைகூவல் விடுத்து, அறிவுரை சொல்ல வந்தவர்களை அவமானப்படுத்தி விரட்டிய இராவணன் யுத்த களத்தில் இராமனால் நிராயுதபாணியாக்கப்பட்டு "இன்றுபோய் நாளை வா" என்று சொல்லக் கேட்ட தருணத்தில் வீரத்தின் அர்த்தமின்மையை அவன் உணர்ந்து கொண்டிருப்பான். இப்படியே பதவியின் அர்த்தமின்மையை, புகழின் அர்த்தமின்மையை, திறமையின் அர்த்தமின்மையை, உறவின் அர்த்தமின்மையை. வாழ்வின் அர்த்தமின்மையை மனிதன் உணர்ந்து கொண்ட தருணங்கள் இப்படி ஏராளமாக உண்டு. உலக இலக்கியங்கள் அனைத்தும் இந்த அர்த்தமின்மையையே ஆயிரமாயிரம் பக்கங்களில் மீண்டும்மீண்டும் எழுதி வந்திருக்கின்றன. கண்கள் திறக்கும் அத்தருணத்தில் பிறக்கிற தெளிவு மிகவும் முக்கியம். தன் லட்சியத்திலும் ஆரவாரத்திலும் மிடுக்குகளிலும் உறைந்திருக்கிற அபத்தத்தையும் அர்த்தமின்மையையும் உணரும்போது பிறக்கும் தெளிவு ஒரு துளிரைப்போல நெஞ்சில் படர்கிறது.

இலக்கியப் படைப்பாளிகள் இந்த அர்த்தமின்மையை தம் படைப்புகளில் நிகழ்த்திக் காட்டி தெளிவை முன்னிறுத்துகிறார்கள். இராமாயணம், மகாபாரதம் தொடங்கி எடுத்துக்காட்டாகச் சொல்ல ஏராளமான படைப்புகள் நம்மிடையே உண்டு. தெளிவின் சாரத்தை முன்வைத்து, மானுட மனத்தை, வாழ்க்கையில் திளைக்கும்பொருட்டு படைப்போவியங்களைத் தீட்டிய படைப்பாளிகளும் நம்மிடையே வாழ்ந்திருக்கிறார்கள். முக்கியமான முன்னுதாரணம் திருவள்ளுவர். அவர் தன் திருக்குறளில் முன்வைப்பவை அனைத்தும் ஒருபக்கம்

தெளிந்த உண்மை; இன்னொரு பக்கம் வாழ்வில் திளைத்த சுவை. சிறுகுழந்தைகளின் விரல்படிந்த கூழின் சுவையிலிருந்து உப்பிடுவதைப்போல அளவோடு ஊடிப் பின்பு கூடிப் பெறுகிற இல்லற இன்பத்தின் சுவை வரை அவர் முன்வைக்கும் சுவைகள் ஏராளம். “செல்வத்துள் செல்வம் செவிச்செல்வம் அச்செல்வம் செல்வத்துள் எல்லாம் தலை” என்றும், “ஒழுக்கம் விழுப்பம் தரலான் ஒழுக்கம் உயிரினும் ஓம்பப்படும்” என்றும் வள்ளுவர் முன்வைக்கிற தெளிவுகளும் எண்ணற்றவை.

வள்ளுவரின் வழிவந்த படைப்பாளியாக தங்கப்பாவைச் சொல்லலாம். அவருடைய சரிபாதி படைப்புகள் அன்பு, உண்மை, ஒழுங்கு என்னும் மரணமில்லாத உண்மைகளைப் பேசுபவை. மீதிப் பாதிப் படைப்புகள் வாழ்வில் திளைப்பதால் அடையத்தக்க ஆனந்தத்தை முன்வைப்பவை. தன் வாழ்க்கை முறையை “மெல்லியல் வாழ்க்கை” என்று தங்கப்பா ஒரு கவிதையில் வரையறுத்துக் கொள்கிறார். “மலரிடை இந்தென்றலைப்போல், தாய் மார்பினை வருடிடும் மகவினைப்போல் உலகிடை இயங்கிடுவேன் - சற்றும் உராய்வின்றி எங்கணும் உலவிடுவேன். இலகு வெண்பளிங்கினைப்போல் - மனம் இருப்பதனால் ஒரு துயர் இலையே” என்பவை அவர் தன்னைப்பற்றி எழுதி வைத்திருக்கும் வரிகள்.

தங்கப்பாவின் “தெருக்கூத்து” கவிதையை இங்கே நினைத்துக் கொள்ளலாம். மேடை எதுவுமின்றி ஒரு மேட்டுப்பாங்கான இடத்தில் கிராமத்தவர்களால் நிகழ்த்தப்படும் தெருக்கூத்து பற்றிய சிறுகுறிப்பு இக்கவிதையில் தீட்டிக் காட்டப்படுகிறது. “இராவணன் பாட்டுக்குத் தாளமிட்டே - இங்கு இராமனும் பாடுவான் பின்பாட்டு. துரோபதை சேலை அவிழ்ந்துவிட்டால் - அதைத் துச்சாதன் சரிசெய்து வைப்பான்” என்பது பாடலின் ஒரு பகுதி. பாதியில் பேச்சை மறந்து நிற்கும் பாண்டுவின் மைந்தனுக்கு அடங்கிய குரலில் பாடல்வரிகளை எடுத்துக்கொடுக்கும் குறிப்பு இன்னொரு பகுதியில் இடம்பெறுகிறது. புனைவுப் பாத்திரங்கள் அப்பாத்திரங்களுக்குரிய குணங்களிலிருந்து விலகி, உண்மையான நட்புறவோடு நடந்து கொள்கிறார்கள் என்பதுதான் இச்சித்திரத்திலிருந்து நாம் உடனடியாகக் கண்டடைகிற உண்மை. தெருக்கூத்தின் இந்த உண்மையை நம் மானுட வாழ்வோடு பொருத்திப் பார்க்கும்போது நாம் கண்டடையும் உண்மை இன்னும்

ஒளிமிகுந்ததாக உள்ளது. ஆணென்றும் பெண்ணென்றும் ஏதேதோ பெயருக்குரியவர்களாகவும் பிறந்து மனிதர்களாக வாழ்வதுகூட தெருக்கூத்தின் புனைவுக்குச் சமமானதுதான். அந்தப் புனைவை உதறி மானுடத்தின் அடிப்படையான அன்பையும் ஆதரவையும் கைவிடாதவர்களாக மனிதர்கள் வாழவேண்டும் என்னும் பேருண்மையை நாம் அறிந்துகொள்ள முடியும். அணிதிரட்டியும் அறைகூவல்விடுத்தும் ஆரவாரத்தை வெளிப்படுத்தியும் உயர்ந்தொலிக்கும் ஏராளமான குரல்களுக்கு இடையே அமைதியான தொனியில் உண்மையையும் கனிவையும் முன்வைக்கும் தங்கப்பாவின் குரல் மிகவும் முக்கியமானது என்பது என் நம்பிக்கை. "வரலாற்றிலிருந்து மனிதன் ஒருபோதும் பாடம் கற்றுக் கொள்வதில்லை" என்ற கசப்பான உண்மையே நாம் கற்கும் பாடமாகிவிட்ட சூழலில் சித்தர்கள் காலத்திலிருந்தும் வள்ளுவர் காலத்திலிருந்தும் அடிப்படை உண்மைகளை முன்வைத்து வாழ்க்கையைப் பற்றி, ஆழ்ந்து எண்ணிப் பார்க்கத் தூண்டும் படைப்புகளை ஒவ்வொரு காலகட்டத்திலும் யாரோ சில படைப்பாளிகள் உருவாகி மீண்டும்மீண்டும் எழுதிச் செல்கிறார்கள். நம் காலத்தில் அந்த உண்மையை எடுத்துரைக்கும் படைப்பாளியாக வாழ்கிறார் தங்கப்பா.

எழுதும் ஆற்றலை செய்திறன் என்ற அளவில் வரையறுத்துக்கொள்ளும் தங்கப்பா, படைப்பாக்கம் என்பதை வாழ்வியல் ஆக்கமாகப் பொருள்கொள்கிறார். அதற்கு அடிப்படையானது அன்பில் ஊறி நிற்கும் பேணுதல் உணர்வு. செய்திறனுக்கும் பேணுதல் உணர்வுக்கும் எந்தத் தொடர்புமில்லை. எல்லா அழகுகளுக்கும் எல்லா நல்லவைக்கும் எல்லா ஒழுங்குகளுக்கும் ஊற்றுக்கண்ணாக நிற்பது இந்தப் படைப்புணர்வு. இந்தப் படைப்புணர்வில் ஊறிப் பிறக்காத செய்திறன் பயனற்றது. ஆனால் செய்திறன் சாராவிட்டாலும் படைப்புணர்வு மலர்ச்சியடையும் ஆற்றல்மிக்கது. அது தன்னளவில் முழுமையுடையதாகும். கலை இலக்கிய வரலாற்றில் மட்டுமல்ல, வேறு பல வகைகளிலும் அது துலக்கமுறும். துலங்காவிட்டாலும் அது ஒரு பெரிய குறையாகாது. துலக்கமும் ஒடுக்கமும் அதற்கு ஒன்றே. இன்னும் தெளிவாகக் கூற வேண்டுமென்றால், வாழ்க்கை நலம் பேணுவதுதான் படைப்புணர்வு. எதிலும் ஒழுங்கு சிதைந்துவிடக்கூடாதென்றும் உலகம் நலம்நிரம்பி இனிதே

இயங்கவேண்டுமே என்ற பதைப்பும் துடிப்பும் மனத்தில் எல்லாநேரமும் ஒலித்தபடி இருப்பதுதான் படைப்புணர்வு. இந்தப் பேணுதல் உணர்வோடும் அக்கறையோடும் அன்போடும் கனிவோடும் உலா வருகிறவனே படைப்பாளன். கவிதை, கதை, நாடகம் என எதையுமே எழுதாவிட்டாலும்கூட அவன் படைப்பாளன். படைப்பைப் பற்றியும் படைப்பாளனைப் பற்றியும் இப்படி தங்கப்பா தன் கவிதை நூல்களின் முன்னுரைகளில் ஏராளமான குறிப்புகளை எழுதி வைத்திருக்கிறார்.

எந்த உண்மையை நாம் உணர்ந்தால் நம் உள்ளத்தில் ஒளிவெள்ளம் பாயுமோ, அந்த உண்மையை எடுத்துரைப்பவை தங்கப்பாவின் கவிதைகள். மானுடகுலம் காலம்காலமாக வாழ்வின் சாரமாகக் கண்டுணர்ந்த புள்ளியை மீண்டும் தொட்டுக்காட்டுகின்றன அவர் கவிதைகள். அன்பு, ஆனந்தம், கனிவு, பரிவு என எல்லாம் இணைந்த ஒரு புள்ளி அது. எல்லா மொழிகளின் இலக்கியத்துக்கும் ஊற்றுக்கண்ணாக இருக்கிற புள்ளி. தங்கப்பாவின் கவிதை உலகின் மையமாக இந்தப் புள்ளியே விளங்குகிறது என்பதில் எவ்விதமான சந்தேகமும் இல்லை. அவர் தன் வாழ்க்கையைத் துலக்கமாக வைத்திருந்தபோதும் ஒடுக்கமாக வைத்திருந்தபோதும் அவருடைய கவிதைகள் வைரமணிகளாக மின்னிக் கொண்டிருக்கின்றன.

பாவண்ணன்.
மார்ச் 18 2007

★

கிழங்கு கிண்டியபோது கிடைத்த ரத்தினக்கல்

-அ.முத்துலிங்கம்
எழுத்தாளர்

நான் பொஸ்டனுக்குப் போனால் அவர் ரொறொன்ரோவுக்குப் போனார். நான் ரொறோன்ரோவுக்குப் போனால் அவர் பொஸ்டனுக்குப் போனார். கடைசியில் ஒருவாறு சந்திப்பு நிகழ்ந்தது. பொஸ்டன் நண்பர் வேல்முருகன் என்னை வந்து காரில் அழைத்துப் போனார். பொஸ்டன் பாலாஜி அவரைக் கூட்டி வந்தார். வேல்முருகன் வீட்டில் சந்தித்துக் கொண்டோம். இப்படித்தான் பேராசிரியர் ஆ,இரா.வேங்கடாசலபதியைச் சந்தித்தேன். இதுவே முதல் தடவை.

ஒருமுறை அமெரிக்காவில் சு.ரா.வைச் சந்திக்க விரும்பி அவர் தங்கியிருந்த சாந்தகுரூஸ் வீட்டுக்குச் சென்றிருந்தேன். அது பத்து வருடங்களுக்கு மேலேயிருக்கும் என்று நினைக்கிறேன். பேச்சின்போது நடுவிலே திடீரென்று 'நீங்கள் சலபதியைப் படித்திருக்கிறீர்களா?' என்று கேட்டார். நான் 'இல்லை' என்றேன். 'நீங்கள் படிக்கவேண்டிய முக்கியமான ஆய்வாளர் அத்துடன் எழுத்தாளர்' என்றார். அதன் பின்னர்தான் அவரைத் தேடிப் படிக்க ஆரம்பித்தேன்.

சலபதி சொன்ன கதையும் சுவாரஸ்யமாக இருந்தது. 'ஒருநாள் எழுத்தாளர் பெருமாள் முருகனை கம்ப்யூட்டரில் தேடிக்கொண்டு போனேன். அவருடைய பெயர் வந்ததும் கிளிக் பண்ணினேன். அது எப்படியோ தவறுதலாக உங்கள் பெயரை கிளிக் செய்துவிட்டது. கட்டுரையைப் படிக்க ஆரம்பித்ததுமே இது வேறு ஆரோவுடைய

எழுத்து என்பது தெரிந்து விட்டது. முடிவிலே அ.முத்துலிங்கம் என்று பெயர் போட்டிருந்தது. அதன் பின்னர்தான் உங்கள் எழுத்தை படித்தேன்' என்றார். ஒருவரை ஒருவர் தற்செயலாகப் படிக்கத் தொடங்கிய நாங்கள் சந்தித்ததும் இப்படி தற்செயலாகத்தான்.

'கடிதங்களைத் தொகுக்கும் ஆர்வம் எப்படி வந்தது?' என்று அவரைக் கேட்டேன். அவருக்கு வ.உ.சி.யில் பெரும் பற்று இருந்தது. அவருடைய கடிதங்களைத் தேட ஆரம்பித்தபோது பாரதி, புதுமைப்பித்தனின் கடிதங்களும், வேறு பல அருமையான தகவல்களும் அகப்பட்டன. இவற்றை வகை வகையாக புறாக்கூண்டுகளுக்குள் வைத்து இருபது வருடங்களுக்குமேல் பாதுகாக்கிறார். சில ஆராய்ச்சிகள் தொடருகின்றன. சில ஏற்கெனவே புத்தகங்களாக வந்துவிட்டன. செம்பதிப்பில் புதுமைப்பித்தன் கதைகள், கட்டுரைகள், பாரதி கட்டுரைகள் எல்லாம் வெளிவந்தது இப்படித்தான் என்றார்.

அப்படிப் பேசிக்கொண்டிருந்தபோதுதான் அவர் சமீபத்தில் செய்து முடித்த ஒரு மகத்தான காரியம் பற்றி அறிய முடிந்தது. ம.இலெ.தங்கப்பா, புதுவையில் தமிழ்ப் பேராசிரியராகப் பணியாற்றி ஓய்வு பெற்றவர். நிறைய தமிழ் கவிதைகள் எழுதியிருக்கிறார். அவர் 50 ஆண்டுகளுக்கு மேலாக சங்கப்பாடல்களை ஆங்கிலத்தில் மொழிபெயர்த்து வந்தார். ஆனால் அவை புத்தகமாக உருப்பெற்றதில்லை. பேராசிரியர் ஆ.இரா.வேங்கடாசலபதியின் அருமையான முன்னுரையுடன் இந்த நூல் புது தில்லி பெங்குவின் பதிப்பாக, Love Stands Alone என்ற தலைப்பில் சமீபத்தில் வெளிவந்திருந்தது. இது வெளிவர முழுக்காரணமாக இருந்தவர் சலபதிதான்.

வீட்டுக்கு வந்ததும் முதல் வேலையாக எப்படியும் புத்தகத்தை வாங்கிவிட வேண்டும் என்று நினைத்தேன். ஆனாலும் சிறிது ஏமாற்றம் இருந்தது. ஜி.யு.போப், ஏ.கே.ராமானுஜன், ஜோர்ஜ் எல். ஹார்ட் போன்றவர்கள் ஏற்கெனவே சங்க இலக்கியங்களை மொழிபெயர்த்திருக்கிறார்கள். மீண்டும் ஒன்று தேவையா என்ற நினைவு எழுந்தது. ஓர் ஆராய்ச்சியாளரின் நேரம் எவ்வளவு முக்கியமானது. ஏதாவது சொந்தமாகச் செய்திருக்கலாமே என்ற எண்ணத்தைத் தவிர்க்க முடியவில்லை. எனினும் புத்தகத்தைத் தருவிக்கும் முயற்சியில் இறங்கினேன். அமெரிக்காவிலோ, கனடாவின் புத்தகக் கடைகளிலோ புத்தகம் விற்பனைக்கு

வரவில்லை என்று சொல்லி விட்டார்கள். அமேஸன் கொமிலும் தேடி கிடைக்கவில்லை. ஒரு நண்பருக்கு இந்தியாவுக்கு எழுதி அதிவேக தபாலில் ஒரு பிரதியை எடுப்பித்தேன். புத்தகத்தின் விலையிலும் இரண்டு மடங்கு கூடிய தபால் செலவு வைத்த புத்தகம் மூன்று நாளில் ஓர் இரவு ஒன்பது மணிக்கு வந்து சேர்ந்தது. அன்று இரவு படிக்கத் தொடங்கி அடுத்தநாள் காலைதான் முடித்தேன். அப்பொழுதுதான் உணர்ந்தேன், சலபதி தன் நேரத்தை சரியான ஒரு காரியத்துக்குத்தான் பயன்படுத்தியிருக்கிறார் என்று. சமீபத்தில் என்னை வேறு ஒரு புத்தகமும் இப்படி கவரவில்லை.

இந்தப் புத்தகம் பல கேள்விகளை என் மனதில் எழுப்பின. ஓர் ஆங்கில மொழிபெயர்ப்பைப் படிக்கும்போது அதன் கவித்துவம் முழுக்க புதுமொழியில் வந்துவிடும் என்று எதிர்பார்க்கக் கூடாது, எண்பது சதவீதம் வந்தால் அது வெற்றி. நூறு சதவீதம் வந்தால் மாபெரும் வெற்றி. ஆனால் மொழிபெயர்ப்பு மூலப்பிரதியைத் தாண்டக்கூடுமா? அப்படி தாண்டினால் அது சரியாக இருக்குமா? சங்க இலக்கியங்களில் ஓர் ஐம்பது பாடல்கள் திரும்பத் திரும்ப மேற்கோள் காட்டப்படும்; மேடைகளில் பேசப்படும். ஒருவர் பின் ஒருவராக அவற்றை பலர் ஆங்கிலத்தில் மொழி பெயர்த்திருக்கிறார்கள். அவற்றை விட்டு விட்டு அதிகம் பேசப்படாத, கவனிக்கப்படாத பாடல்களை நான் மொழிபெயர்ப்பு நூலில் தேடினேன். அவை ஏதாவது புதிய திறப்புகள் கொண்டுள்ளனவா என்று பார்ப்பதுதான் என் எண்ணம். தமிழில் படித்தபோது சாதாரணமாகத் தோன்றிய சில பாடல்கள் ஆங்கிலத்தில் புதிய ஜொலிப்புடன் கண்ணில் பட்டன. பதினாறு மூலையாக வெட்டப்பட்ட ரத்தினக் கல்லை யன்னல் பக்கம் கொஞ்சம் திருப்பி வைத்ததும் புதிய ஒளியை வீசுவது போல.

முதலில் ஆச்சரியப்படுத்திய விசயம் நூலின் தலைப்பு: *Love Stands Alone*. இது குறுந்தொகையில் வரும் பாடலின் ஒரு வரி. தமிழில் இந்தக் குறுந்தொகை கவிதையைப் பலமுறை தாண்டிப் போயிருக்கிறேன். ஆனாலும் ஆங்கிலத் தலைப்பில் கிடைத்த அர்த்தம் எனக்குக் கிடைக்கவே இல்லை. ஆங்கிலத்தில் கவிதையைப் படித்தபோதோ அந்தக் கருத்து பட்டென எழுந்து நின்றது.

குறுந்தொகை 174 பாடியவர் வெண்பூதி

தலைவி தோழிக்குச் சொன்னது

பெயல்மழை துறந்த புலம்புஉறு கடத்தக்
கலை முடகள்ளிக் காய்விடு கடுநொடி
துதைமென் தூவித் துணைப்புறவு இரிக்கும்
அத்தம் அரிய என்னார் நத்துறந்து
பொருள்வயிற் பிரிவார் ஆயின்இவ்
உலகத்துப் பொருளே மன்றப் பொருளே
அருளே மன்ற ஆரும் இல்லதுவே.

இதன் பொருளை சுருக்கமாக இப்படிக் கூறலாம். 'மழை பெய்யாத பாலை நிலத்தில் கிளைவிடும் கள்ளிச் செடியின் காய்கள் வெடிக்கும் சத்தம் மென்மையான சிறகுகள் கொண்ட ஆண், பெண் புறாக்கள் சேருவதற்குத் தடையாக அச்சமூட்டுகின்றன. என்னைத் தவிக்க விட்டுவிட்டு அப்படியான காட்டுப் பாதையில் அவன் பொருள் தேடி புறப்பட்டுப் போய்விட்டான். இந்த உலகத்தில் பொருள் ஒன்றே உறுதியான பொருள். அருள் என்பது தன்னை ஏற்றுக் கொள்வதற்கு ஆரும் இல்லாமல் நிற்கிறது'

இதன் ஆங்கில மொழி பெயர்ப்பு இப்படி வருகிறது.

In the desolate; rain -forsaken land
the twisted kalli's pods
open with a crackle
frightening the mating pigeons
with their close-knit downy feathers.
He has left me languishing.
'In search of wealth' he said.
He did not mind the risk on the way.
If it comes to that,
then in this world
wealth has all support and love must stand alone.

அந்தக் கடைசி வரியில் ஒரு சிறு மாற்றம். அது கவிதையை என்ன மாதிரி உயர்த்தி விடுகிறது. காதலுக்கு ஒருவிதத்திலும் துணை கிடையாது என்று தமிழில் வருவது ஆங்கிலத்தில் 'காதல் தனித்து நிற்கிறது' *(Love Stands Alone)* என்று வரும். இதிலே மிகப்பெரிய ஆச்சரியம் என்னவென்றால் ஏறக்குறைய 2000 வருடங்களுக்கு முற்பட்ட சங்கப் பாடல் ஆங்கில மொழிபெயர்ப்பில் ஒரு நவீன கவிதை போலவே தோற்றமளிக்கிறது என்பதுதான்.

இன்னொரு பாடல். புறநானூறு 112. பாடியவர் பாரி மகளிர்.

நூறு கட்டுரைகளிலும், இருநூறு மேடைகளிலும் மேற்கோள் காட்டப்பட்ட பாடல். சினிமாவும் இந்தப் பாடலை விடவில்லை.

அற்றைத் திங்கள் அவ்வெண் நிலவின்,
எந்தையும் உடையேம்; எம் குன்றும் பிறர்கொளார்;
இற்றைத் திங்கள் இவ்வெண் நிலவின்,
வென்று எறி முரசின் வேந்தர் எம்
குன்றும் கொண்டார்; யாம் எந்தையும் இலமே!

பொருள் மிக எளிது, அன்றைய திங்கள் தந்தை இருந்தார், குன்றும் இருந்தது. இன்றைய திங்களில் வெற்றிகொண்ட அரசர் குன்றைக் கைப்பற்றிக் கொண்டார். தந்தையும் இல்லை'. இதை மொழிபெயர்ப்பதும் எளிது. வெண்நிலவு என்பதை *full moon* என்று மொழிபெயர்ப்பதே வழக்கம். ஆனால், அந்த வரி இப்படி வருகிறது,

But tonight the moon is full again,

the triumphant kings marching with their battle drums have our hill, and we are fatherless. Full moon என்பதற்குப் பதிலாக *the moon is full again* என்ற சொற்றொடர் பயன்படுத்தப் படுகிறது. சந்திரன் மறுபடியும் நிறைந்து விட்டான். தேய்ந்த சந்திரன் மீண்டும் வளர்ந்து ஒரு மாத காலம் ஓடி விட்டது சொல்லப்படுகிறது. ஒரு சிறிய சொல் வித்தை கவித்துவ அழகை உயர்த்தி விடுகிறது.

இப்படி ஒரு மாயத் தருணம் ஹோமருடைய இலியட்டிலும் வருகிறது. அச்சில் கிரேக்க வீரன். அவன் திரோஜனான ஹெக்டரைப் பழிவாங்கும் வெறியிலிருக்கிறான். அச்சில் துரத்த ஹெக்டர் திரோய் நகரத்துச் சுவர்களை மூன்றுதரம் சுற்றி சுற்றி ஓடுகிறான். அச்சில் ஹெக்டரை வெட்டி வீழ்த்தி அவனுடைய குதிக்காலில் கயிற்றைக் கட்டி தேரிலே இழுத்துச் செல்கிறான். பன்னிரண்டு நாட்களின் பின்னர் கோபம் அடங்கி பிணத்தை ஹெக்டரின் மனைவியிடம் ஒப்படைத்ததும் அவர்கள் மரணச் சடங்குகளை செய்து முடிக்கிறார்கள். *So they tended the burial of Hector, tamer of horses* என்று ஹோமர் முடிக்கிறார். குதிரைகளைப் பழக்கும் ஹெக்டர் கொல்லப்பட்ட பிறகும் குதிரைகளால் இழுக்கப்பட்டு கேவலமான முடிவை அடைகிறான். 'குதிரைகளைப் பயிற்றுவிக்கும் ஹெக்டர்' என்று கவி சொல்லவில்லை. 'ஹெக்டர் ஆகிய குதிரைப்

பயிற்சிக்காரன்' என்று சொல்கிறார். மிகச் சாதாரணக் கவிதையாக அதுவரைக்கும் இருந்தது 'சட்'டென்று திறந்து உயிர் கொள்கிறது.

இப்படி உயிர் பெறும் கவிதைகளை இந்த மொழிபெயர்ப்பில், பல இடங்களில் காணலாம். இன்னொரு கவிதை. புறநானூறு 196. ஆவுர் மூலங்கிழார் பாண்டியனை நோக்கிப் பாடியது. நீண்ட நாட்கள் அரசன் வாயிலில் நின்றும் புலவருக்குப் பொருள் கிடைக்கவில்லை. 'தருகிறேன்' என்று சொன்ன அரசன் தரவில்லை. வயிறெரிந்து புலவர் பாடுகிறார். இது நீண்ட பாடல். இதன் பொருள் சுருக்கம் இது. 'தருவதும் தராமல் விடுவதும் உன் விருப்பம். தருவதாகச் சொல்லி தராமல் இருப்பது நல்லதல்ல. உன் புதல்வர் நோயில்லாமல் வாழட்டும், கல்போலக் கரையாத வறுமையுடன் நாணத்தைத் தவிர வேறு எதையும் அணியாமல், வாழும் என் மனைவியிடம் நான் திரும்பிச் செல்கிறேன். நீ வாழ்க' என்கிறார் புலவர். ஆங்கில மொழிபெயர்ப்பில் கடைசிப் பகுதியில் ஒரு சின்ன மாற்ற நிகழ்கிறது.

> While I go away from here
> braving the sun and the cold winds,
> thinking of my delicate young wife
> whose virtue is her loyalty
> and who lives in my home
> which is but a wind cholter
> where my poverty
> as if made of stone
> sitting tight.

அரசன் பரிசில் தராமல் ஒவ்வொரு நாளாகக் கடத்தி ஏமாற்றியதில் கொதிக்கும் புலவரின் நெஞ்சம் தமிழ்க் கவிதையில் மையமாகத் தெரிகிறது. ஆங்கில மொழிபெயர்ப்பில், வறுமையின் உக்கிரம்தான் முதலிடம் பெறுகிறது. என் குடிசையில் வறுமையோ கல்போலக் கரையாமல் நிற்கிறது என்று ஆங்கிலக் கவிதை முடிகிறது. நுட்பமான ஒரு பாய்ச்சல் நிகழ்ந்திருக்கிறது. குறுந்தொகை, புறநானூறு, அகநானூறு பாடல்களை நான் அவ்வப்போது படிப்பதுண்டு. எத்தனை தரம் படித்தாலும் அவை அலுப்பதில்லை. எந்த ஒரு நல்ல கவிதையும் வாசகரின் பொறிபட்டுத்தான் சுடர்விடும். இந்த நூலைப் படித்தபோது பல இடங்களில் ஆங்கில மொழிபெயர்ப்பில் பாடல்கள் இன்னொரு

தளத்தில் இயங்குவது போன்ற ஒரு தோற்றம் எனக்குக் கிட்டியது. ஒரு மொழிபெயர்ப்பு மூலப்பிரதியைத் தாண்டி மேலே போகலாமா? போகலாம் என்று சிலர் சொல்கிறார்கள். உலக இலக்கியங்களைத் தொடர்ந்து ஆய்வு செய்து வரும் பேராசிரியர் David Damrosch உத்தமமான மொழிபெயர்ப்பு மூலப்பிரதியை மிஞ்சலாம் என்றும், அது வாசகர்களை இரண்டு கலாச்சாரங்களுக்குள்ளும் சமமாக அழைத்துச் செல்லும் தன்மையுடையதாக இருக்கும் என்றும் சொல்கிறார்.

இந்த நூல் கொடுத்த அனுபவத்தை எப்படி வர்ணிப்பது என்பதில் பெரும் தயக்கமிருக்கிறது. ஒரு நல்ல கவிதையில் வார்த்தைகள் முன்னே போகும் கவி பின்னே செல்வார் என்று சொல்வார்கள். இங்கே வார்த்தைகளே தெரிகின்றன. இந்த நூலில் ஆங்கில மொழிபெயர்ப்பில் கவிதைகளைப் படித்துவிட்டு பிரபல கவி, ஒக்ஸ்போர்ட் பல்கலைக்கழக கவிதைப் பேராசிரியர் அரவிந் கிருஷ்ண மெஹ்ரோத்ரா கூறியதை நான் என்னுடைய மொழியில் சொல்கிறேன். 'நாட்டுப்புற நடனத்தில் பெண்கள் தலைக்கு மேல் பானைகளை ஒன்றன் மேல் ஒன்றாக அடுக்கி வைத்து நடனமாடுவார்கள். அதை மூச்சைப் பிடித்துக் கொண்டு பதற்றத்தோடு பார்த்து ரசிப்போம். ஒரு தவறான அடி பானைகளை சிதற அடித்துவிடும். ஆனால் இந்த மொழிபெயர்ப்பில் கவிதைகள் மீண்டும் மீண்டும் ஒரு நர்த்தனம் செய்து வெற்றியை எட்டிவிடுகின்றன'. பானையும் தப்பி விடுகிறது; கவிதையும் தப்பிவிடுகிறது. இந்த வர்ணனைகூட நூலுக்குப் பற்றாது என்றே எனக்குத் தோன்றுகிறது.

குறுந்தொகையில் ஒரு பாடல் உண்டு. 'காட்டிலே வேட்டுவன் கிழங்கு கிண்டியபோது ரத்தினக் கல் அகப்பட்டது' என்று வரும். அதை உவமையாகச் சொல்லலாம். அதுவும் போதாது. இந்த நூலைப் படித்தபோது எனக்கு ஏற்பட்ட உணர்வை இப்படித்தான் சொல்ல முடியும். ஏ.டி.எம். மெஷினில் 1000 டொலர் கேட்டபோது அது 2000 டொலர் தந்துவிட்டது போன்ற மகிழ்ச்சி. மூலப் பிரதியை மீறிய மொழிபெயர்ப்பு!

நூலை மீண்டும் படிக்கத் தொடங்கினேன்.

★

-குமுதம் தீராநதி
பிப்ரவரி 2011

தாக்கத்தை ஏற்படுத்திய மொழிபெயர்ப்பாளர்

- தங்க.ஜெயராமன்

ம.இலெ. தங்கப்பாவின் 'முத்தொள்ளாயிரம்' மொழிபெயர்ப்பு ஒரு திராவிட இலக்கியத்தை ஆங்கிலத்தில் தருகின்றது. மூலநூல் 11-ஆம் நூற்றாண்டைச் சேர்ந்தது என்றாலும் மொழிபெயர்ப்பாளர் செய்துகொண்ட மொழித் தேர்வு தற்கால ஆங்கிலம். மொழி பெயர்ப்பாளர் ஒரு மொழித் தேர்வு செய்து கொள்ள வேண்டிய சூழல் இது.

மொழிபெயர்ப்பில் வழக்கமாக எதிர்ப்படும் சவால்களுக்கு மேலான சிக்கல்களும் பிரச்சினைகளும் இந்தக் குறிப்பிட்ட சூழலுக்கு உண்டு. நடைமுறையில் இவற்றுக்கெல்லாம் ஆங்காங்கே உரிய தீர்வு காணப்பட்டன என்பதைவிட தங்கப்பா ஒரு தெளிவான மொழி பெயர்ப்புக் கோட்பாட்டின் அடிப்படையில் அத்தீர்வுகளைக் கண்டுள்ளார் என்று சொல்வதுதான் பொருந்தும்.

ஒரு சிறப்பான மொழிபெயர்ப்புப் பற்றி வழக்கமாகச் சொல்கின்ற எதைச் சொன்னாலும் அது தங்கப்பாவின் மொழி பெயர்ப்பிற்குப் பொருந்தும், அதில் ஐயமில்லை. அதற்கும் மேலாக ஏதாவது சொல்ல இயலுமா என்று பார்க்கும்போது அதுவும் இயலும் என்றுதான் தோன்றுகிறது. இந்த அடிப்படையில் நான் சிலவற்றைக் குறிப்பிட விரும்புகிறேன்.

ஒரு மொழிபெயர்ப்பாளர் அந்த முயற்சியினை எதைக் கருதி மேற்கொள்கிறார்? யான் அறிந்த இன்பம் பெறுக இவ்வையகம் என்ற மனித நேய நோக்கில் தமிழ் அறியாதவர்களுக்கு உதவும் விழைவாக இருக்கலாம். ஒரு ஆங்கில வழி தமிழ் இலக்கியத்தை

உருவாக்கும் நோக்கமாக இருக்கலாம். இதனை மொழிபெயர்க்க இயலும் என்று உலகுக்குக் காட்டுவதற்காகவோ, அதில் தானும் வாசகர்களும் பெறுகின்ற ஒருவகை உள்ளக் கிளர்ச்சிக்காகவும் இருக்கலாம்.

தமிழ் அறியாத தமிழ் ஆர்வலர்களுக்கு உதவும் நோக்கமாக இருக்கலாம் அல்லது ஒரு இலக்கியத்தை அழிவிலிருந்து பாதுகாக்க மொழிபெயர்ப்பும் ஒரு சாதனம் என்ற சிந்தனையாகவும் இருக்கலாம். இன்னும் விரிவான வாசகர் உலகத்தை நாடும் நூலாசிரியர்கள் தற்போது ஆங்கில மொழிபெயர்ப்பு அதற்கான வழி என்பதாகக் கண்டு மொழிபெயர்ப்பினை நாடக் கூடும். இவையெல்லாம் மனித நேய அடிப்படையிலான நோக்கங்கள் மற்றும் தான் அறிந்து மேற்கொள்ளப்படுபவை. மொழிபெயர்ப்பாளர் அறியாத, அவரது கட்டுப்பாட்டிற்குள் இல்லாத, மொழிபெயர்ப்பு தானாகவே, தன்னிச்சையாகவே ஏற்படுத்திக் கொள்கின்ற நோக்கங்களும் இலக்குகளும் உண்டு.

மொழிகள் அதனதன் பண்பாட்டில் பதிந்து கிடப்பவை. ஒரு மூல நூலிற்கு மற்றொரு பண்பாட்டில் மொழிபெயர்ப்பு வழியாக ஒரு ஈடு உருவாகும்போது என்னவெல்லாம் நிகழ்கின்றன? அந்த நூல் சென்று சேர்கின்ற மொழிக்கும் இலக்கியத்திற்கும் கூட ஒரு தாக்கத்தை ஏற்படுத்தும். இவை இயற்கையாகத் தோன்றுகிற, வெற்றிகரமான மொழிபெயர்ப்பில் நிகழ்பவை. தங்கப்பாவின் ஆங்கில மொழிபெயர்ப்பு இவ்வகையைச் சார்ந்ததாக இருப்பதால் ஆங்கில மொழிக்கும் இலக்கியத்திற்கும் தமிழ் மொழிக்கும் இலக்கியத்திற்கும் என்னென்ன தாக்கங்களை ஏற்படுத்துகின்றது என்று சில எடுத்துக்காட்டுகளைக் கொண்டு காட்டுவதற்கு முயல்கிறேன்.

சேர சோழ பாண்டிய மன்னர்களை வழக்கம்போல் 'king' என்று மொழிபெயர்க்காமல் தங்கப்பா 'Chera Prince', 'Chola Prince', 'Pandya Prince' என்று மொழிபெயர்க்கிறார். ஆங்கிலத்தில் Prince என்ற சொல்லுக்கு உன்னதமானவராகக் காட்டப்படும் கதாநாயகன் என்ற பொருளும் உண்டு. தங்கப்பாவின் ஆங்கில மொழிபெயர்ப்பால் இச்சொல்லுக்குப் போர் முனைப்பில் திளைக்கின்றவனாக இலக்கியத்தில் காட்டப்படும் மன்னன் என்ற ஒரு கூடுதலான பொருளும் அந்த ஆங்கிலச் சொற்களின் பொருளை விரிவாக்கித் தருகின்றது. ஊர் என்ற சொல்லை *village* என்றும், சேரி என்ற

சொல்லை *Hamlet* என்றும் மொழிபெயர்க்கிறார். இங்கே நிகழ்வது என்ன? ஆங்கிலத்தில் இந்தத் தமிழ்ச் சொற்களுக்கான (19-ஆம் நூற்றாண்டைச் சேர்ந்தவை) ஈடு இம்மொழிபெயர்ப்பின் மூலமாகத்தான் உறுதிப்பட்டது. இந்த இரண்டு தமிழ்ச் சொற்களும் அவற்றுக்கு ஈடாகத் தங்கப்பா கையாளும் ஆங்கிலச் சொற்களும் ஒன்றையொன்று எப்படி தாக்கத்திற்கு உட்படுத்தி அவற்றிற்குப் புதிய பரிமாணத்தை உண்டாக்கியுள்ளன என்பதை கண்டு மகிழ வேண்டியதாகும்.

ஆங்கில இலக்கியத்தில் காதலைப் பற்றிப் பேசுபவையாக *'Elizebethan Love Lyrics'* என்ற தொகுப்பு உண்டு. இவற்றில் எந்தவொரு பாடலும் ஒரு பெண் தனது ஏக்கத்தைப் பற்றிப் பாடுவதாக இருக்காது. தங்கப்பாவின் மொழிபெயர்ப்பு வாயிலாக ஆங்கில மொழியில் கிடைக்கும் ஒரு இலக்கியமாக முத்தொள்ளாயிரம் கிடைக்கப்பெறும்போது ஒரு புது இலக்கிய வகை, காதல் வயப்பட்ட ஒரு பெண்ணை *persona* வாகக் கொண்டு உருவான வகை, அங்கே சென்று சேரும். மொழியில் நிகழ்வதைப் போன்றே இலக்கியத்திலும் ஒரு படைப்பு, அந்த மொழியில் இதர படைப்பிற்குள்ள அதன் உறவு வழியாகத்தான் தனது பொருளை உருவாக்கிக் கொள்கிறது. இதனடிப்படையில் பார்க்கும்போது இந்த முத்தொள்ளாயிர மொழிபெயர்ப்பு *Elizebethan Love Lyrics* என்ற தொகுப்பினை ஒரு புதிய கோணத்தில் காட்டும்.

முத்தொள்ளாயிரம் என்ற காவியத்திற்கு இந்த ஆங்கில மொழிபெயர்ப்பு என்ன தாக்கத்தை ஏற்படுத்துகிறது? மொழிபெயர்ப்பு எல்லாமே ஒரு வகையில் மூலத்திற்குப் பொருள் காணும், பொருளுரைக்கும் முயற்சிதான். தங்கப்பாவின் ஆங்கில மொழிபெயர்ப்பு என்ற உரைகாணும் முயற்சியில் முத்தொள்ளாயிரம் பெற்றவை என்னென்ன? ஒரு பெண் தனது நிலைமையைப் பாடுவது போன்று அமைந்த பாடல்கள் தமிழில் மிகவும் பழமையான, ஆனாலும் தொடர்ந்து கையாளப்படுகின்ற ஒரு இலக்கிய உத்தி. 'சிந்தை நோய் செப்புமினோ' என்று அமைந்த இப்பாடல்களின் உத்தி 'படியாய்க் கிடந்து உன் பவளவாய்க் காண்பேனோ' என்ற ஆழ்வார் பாடல்களிலும் காணப்படும். முத்தொள்ளாயிரம் இதனை மிக விரிவாகக் கையாண்டுள்ளது. அதாவது, இந்த இலக்கிய உத்தி என்னென்ன வகையான கூற்றுகளுக்கெல்லாம் இடந்தருமோ அவையெல்லாம்

பாடலாகியுள்ளன. ஆண்டாள் தான் சூடி அந்த மாலையைப் பெருமாளுக்குக் கொடுத்தாள். முத்தொள்ளாயிரத்தில் பெண் ஒருத்தி, அவன் அணிந்திருக்கும் மாலையைத் "தா" வென்று வெட்கத்தை விட்டொழித்துக் கேட்க மாட்டேனோ என்று பாடுகிறாள்.

தமிழின் உரை மரபையொட்டி தங்கப்பா தனது மொழி பெயர்ப்பில் வரவேண்டிய சொல்லைத் தருவித்துப் பொருள் கொள்கிறார். உரலில் உலக்கையைக் கொண்டு தானியத்தைக் குத்தும்போது அந்தப் பெண் தலைவனின் பெயரைப் பாடிக் குத்துகின்றாள். மூலத்தில் நெல் என்றோ ஒவ்வொரு முறையும் உலக்கை கீழே வரும் என்றோ அல்லது மாறன் என்றோ இல்லை. மொழிபெயர்ப்பில் இவற்றையெல்லாம் தருவித்துப் பொருளுரைத்துள்ளார். மூலத்தில் இலைமறை காய்மறையாகச் சொல்லப்பட்டவை, தங்கப்பாவின் மொழிபெயர்ப்பில் உள்ளங்கை நெல்லிக்கனியாகக் காட்டப் பெறுகின்றன என்றும் சொல்லலாம்.

என்னைப் பற்றிச் சொல்லாதே, எனது பெயரைச் சொல்லாதே, என் அன்னை யாரென்று சொல்ல வேண்டாம் - இப்படி யாரைப் பார்த்துச் சொல்கிறாள்? (பாடல் 32)

ஆங்கில மொழிபெயர்ப்பு Friend என்ற விளியோடு 'பளிச்' சென்று தொடங்குகிறது. இவ்வளவு கருணையுள்ளவன் என்னை மட்டும் வருத்துவது பொருத்தமில்லையே என்கிறாள் மற்றொரு பெண் (பாடல் 41). இதில் உள்ள எதிரெதிரான தன்மைகளை மூலத்தில் வெளிப்படையாகக் காண இயலாது. மொழிபெயர்ப்பு இந்த எதிரெதிரான நிலைமையினை வெளிப்படையாகக் காட்டுகிறது. இரவைப் பார்த்து 'நீ எங்களை வருத்தாமல் விரைவில் கழிய மாட்டாயா?' என்று சில பெண்களும் 'நீ சென்று விடாதே! இன்னும் இருந்து கொண்டேயிரு' என்று மற்றும் சிலரும் கூறுவதாக ஒரு பாடல் (45). அடைந்து அனுபவிப்பவர்களிடமும் அடைய இயலாமல் ஏங்குபவர்களிடமும் இரவு அகப்பட்டுக் கொண்டு திண்டாடுகிறது என்று பெண்களை எதிரெதிரான இரண்டு கட்சிகளாக வைக்கும் நிலையை மூலத்தில் காண இயலாது. மொழிபெயர்ப்பு அவர்களை இரண்டு கட்சிகளாகவே தெளிவுப்படுத்திக் காட்டுகின்றது.

முதலில் கதவைத் திறவுங்கள் என்று துவங்கும் ஒரு பாடல் (85). இது யாருடைய கூற்று என்று மூலத்தில் தெளிவாகத் தெரியாது.

இவ்வகை இலக்கிய மரபையொட்டி மொழிபெயர்ப்பு இதனை ஏக்கத்தில் இருப்பவர்களின் கூற்றாகக் காட்டுகிறது.

பாடல் 53-இல் 'ஏடு கோடாக எழுதுகோ' என்ற வரி '*Paint patterns with it o my bosom*' என்று மொழிபெயர்க்கப்பட்டுள்ளது. இவ்வாறு மொழிபெயர்ப்பு மூலத்தில் மறைபொருளாகக் கூறப்பட்டுள்ளவற்றை அல்லது கூறாமல் ஊகத்திற்கு விடப்பட்டுள்ளவற்றை உரிய இலக்கிய மரபு மாறாமல் மொழிபெயர்ப்பு வெளிப்படையாகக் கொணர்ந்து பொருளுரைக்கின்றது.

மொழிபெயர்ப்பாளர் விட வேண்டியதை விடுத்தும் பொருள் கொண்டுள்ளார். பாடலின் பொருளுக்கு விரிவோ ஆழமோ தராதவற்றை அல்லது தனது பங்களிப்பு என்று ஒன்றும் இல்லாத பொருட் கூறுகளை விடுத்து மொழிபெயர்த்திருக்கிறார். பாடல் 34இல் தொடி உலக்கை என்பதை வெறும் *Pestle* என்றும் கொய் தண் தார் என்பதை *Garland of cool flowers* என்றும் மொழிபெயர்த்து பொருட்கூறுகளை விடுத்துள்ளார். அவ்வாறே பாடல் 54-இல் மாலை என்பதனை *twilight* என்று மொழிபெயர்த்துள்ளார்.

எழுவாயாக வரும் ஒரு பெயர்ச்சொல் தொகுதியை ஒரு சார்பு நிலை வாக்கியமாக மாற்றி மொழிபெயர்த்துள்ளார். பாடல் 101 இல் வாள் உழுவை வெல் கொடியான் வன்புனல் நீர் நாடன் என்பது *The lord of bountiful rivers, whose triumphant flag has as its emblem the tiger* என்று மொழிபெயர்க்கப்பட்டுள்ளது. இது மொழியின் தன்மைக்குப் பொருத்தமாகச் செய்துகொண்ட மொழிபெயர்ப்பு.

முத்தொள்ளாயிரப் பாடல்கள் வெண்பாவாக அமைந்தவை. வெண்பா அமைப்பின் சிறப்பு என்னவென்றால் தான் சொல்ல வந்தது அல்லது அதில் வாசகன் தேடிக் காண விழைவது ஈற்றடியில் இறுதிச் சொல்லாகத்தான் வெளிப்படும். அதுவரை, அதாவது தன்னால் இயன்ற வரை கவி அதனைச் சொல்வதைத் தள்ளிப் போட்டுக் கொண்டே இருப்பார். வாசகன் மனத்தில் ஒரு ஆவல். அந்த ஆவல் மேலும் முதிர்ந்து ஒரு துடிப்பாகும். இறுதியில் துடிப்பும் எதிர்பார்ப்பும் நிறைவு செய்யப்படும். இதுதான் வெண்பாவின் உள்ளோடும் கவிதை அமைப்பு. முத்தொள்ளாயிரத்தின் பாடல்கள் பெரும்பான்மை இவ்வகையைச் சார்ந்தவை. தனது தன்மை வேறுபாட்டால் இந்த அமைப்பினை அப்படியே மொழிபெயர்ப்பில் கொண்டு வருவதற்கு ஆங்கில மொழி எளிதில்

இடந்தராது. தங்கப்பா தனது ஆங்கில மொழிபெயர்ப்பில் வெண்பாவின் இந்த அமைப்பு குலையாமல் மொழிபெயர்த்துள்ளார். இயலாத இடங்களில் ஆங்கில மொழியின் தன்மைக்கு விட்டுக் கொடுத்து பாடலின் துவக்கத்திலேயே அதன் முடிவு என்ன என்பதைக் காட்டுகிறார். ஆயினும், அந்தச் சில இடங்களிலும் வெண்பாவின் அமைப்பில் வரும் எதிர்பார்ப்பும், அது எதிர்பாராதபோது நிறைவேறுவதும் குறையில்லாமல் நிகழ்கின்றன. பாடல் 85 திறமினோ என்று துவங்கும். எதனை என்று முதலடியாகவே வைத்து மொழிபெயர்த்திருக்கிறார். பாடல் 100இல் என் நெஞ்சு என்று ஈற்றடியில்தான் வருகின்றது. மொழிபெயர்ப்பில் *but love melts my heart* என்று முதலிலேயே இது கொடுக்கப்பட்டு விடுகிறது. இப்படி வெண்பா வடிவம் மாறினாலும் அந்த வடிவத்தால் கிட்டும் இலக்கியச் சுவை குறையாமல் மொழிபெயர்ப்பு நடந்துள்ளது. தமிழ்-ஆங்கில மொழிபெயர்ப்புக் கோட்பாடுகள் எவ்வாறு மேலும் உறுதிப்படுத்துகின்றன அல்லது மாற்றம் பெறுகின்றன என்பதற்கு தங்கப்பாவின் முத்தொள்ளாயிர ஆங்கில பெயர்ப்பு ஒரு சிறந்த எடுத்துக்காட்டு.

•

'காக்கைச் சிறகினிலே', மார்ச் 2012.

(இக்கட்டுரையாசிரியர் திருவாரூர் நடுவண் பல்கலைக்கழக ஆங்கிலப் பேராசிரியர்.

ம.இலெ.தங்கப்பாவின் முத்தொள்ளாயிர ஆங்கில மொழி பெயர்ப்பு நூல் வெளியீட்டு விழா (9 அக்டோபர் 2011)வில் பேசியதன் சுருக்கம்)

தமிழ் இலக்கிய வரலாற்றில் உள்ள குறிப்பு

- திரு. மது. ச.விமலானந்தன்

ம.லெனின் தங்கப்பா: 8-3-34. நெல்லை மாவட்ட குறும்பலாப்பேரி. தாகூர் கலைக்கல்லூரித் தமிழ்ப் பேராசிரியர் .கொள்கை : வாழ்வைப் புரிந்துகொள்ள முயலுதல், நல்லவனாக வாழ்தல், வாழ்வை அழகுடையதாக ஆக்குதல். உண்மை தேடல், இயன்றவரை பிறர்தம் வாழ்வு மலர்ச்சிக்குத் துணை புரிதல். உண்மையும் தூய்மையும் இரு கண்களாகக் கொண்ட சால்பினார். எனவே உலகியல் அளவு கோல்களால் இவரை அளப்பின், வேறுபட்டே நிற்பார். தமிழ், ஆங்கிலம் வல்லார்; எனவே இலக்கியப் பரிமாற்றம் எளிதே கைவந்தவர். தமக்கென வாழாத் தகையாளர். பண்பாட்டுத் தோழர். தனித்தமிழ்த் தாளாளர். ஒப்புரவாளர் ; மரபுக் கவிஞர்.

Hues & Hermonies from An Ancient Land (கழக இலக்கியப் பாக்களின் ஆங்கில ஆக்கம்), எங்கள் வீட்டுச் சேய்கள் (குழந்தைக்கானது), பாடுகின்றேன் (மனவுணர்வுப் பாட்டு), பாடல்கள் அல்ல, மலைநாட்டு மலர்கள் சோவியத்துப் பாவலர் இரசூல் கம்சதாவின் பாடல்களின் தமிழாக்கம்), தேடுகிறேன். ஆந்தைப்பாட்டு (கதைபொதி நீள்பாட்டு) *The Songs of Grace* (திருவருட்பா ஆங்கில உரையாக்கம்), குறுந்தொகையினை ஆங்கிலத்தில் ஆக்கியுள்ளார்.

தூய நற்றமிழ்ப் பணியாளர். இனிய சிந்தனையாளர். இவர் உணர்ந்து தெளிந்த எண்ணச் சிதறல் ஒரு சில: 'நாம் அனைவரும் புடவிப் படைப்பின் சிறுசிறு கூறுகளே ; புடவிப் படைப்பு ஒழுங்கில் நிலைபெறுவது; ஆதலின் நம் வாழ்க்கையும் அவ்வொழுங்கின் கூறாக நிற்றல் வேண்டும். நம்முள் அன்பும்

நட்பும் நிலவும் பொழுதுதான், வாழ்க்கை அவ்வொழுங்கின் கூறாகி, அழகும் உயர்வும் உடையதாகின்றது'; 'அன்பென்பது உள்நோக்கமோ பயனோ கருதித் தொடங்கப் படுவதன்று; அது வாழ்வின் அழகுகளுள் ஒன்று'; 'வினை, வாழ்வுக்கு இன்றியமையாதது; அன்பினின்றுதான் அது பிறத்தல் வேண்டும். பயன்கருதி மேற்கொள்ளப்படின் அது போலியேயாகும்; அன்பினின்றும் பிறவா வினைகள் யாவும் போலி வினைகளே'

முகவரி: 35, அவ்வை நகர், புதுவை 8

★

இலக்கிய மொழிபெயர்ப்பு: சங்கப்பாவும் தங்கப்பாவும்

- **ஆ.இரா.வேங்கடாசலபதி**
பேராசிரியர் எழுத்தாளர்

அச்சு வாகனம் ஏறிய கொஞ்ச காலத்திற்குள்ளேயே தமிழறிந்த ஆங்கில அறிஞர்களைச் சங்க இலக்கியம் கவர்ந்திருக்கிறது. புறநானூறு (1894) அச்சேறிய நான்கைந்து ஆண்டுகளிலேயே ஜி.யு. போப், 'சித்தாந்த தீபிகை', '*Tamilian Antiquary*' முதலான இதழ்களில் அதிலிருந்து பல பாடல்களை ஆங்கிலத்தில் மொழி பெயர்த்திருக்கிறார். கிறிஸ்துவ சமயப் பணியாளரான போப்புக்கு அகப்பாடல்களில் ஆர்வம் செல்லவில்லை. போப் மொழிபெயர்த்த ஏறத்தாழ எழுபது பாடல்களை இன்று படிக்கும்பொழுது அவருடைய ஆர்வமும், கண்டறியாதன கண்ட உணர்வும் நன்றாகப் புலப்படுகின்றன. ஆனால், அவர் கையாண்ட விக்டோரியா மகாராணி காலத்து ஆங்கிலமும், வலிந்து கையாண்ட இயையும் (*rhyme*) இன்றைய வாசகனை அயன்மைப்படுத்தி விடுபவை.

புலமை உலகத்திற்கு அப்பால், ஆங்கிலக் கவிதை அன்பர்கள் சங்கப்பாடல்களைச் சுவைப்பதற்கு மேலும் முக்கால் நூற்றாண்டு காத்திருக்க வேண்டியிருந்தது. ஆங்கிலத்தில் தேர்ந்த கவிஞராக விளங்கிய ஏ.கே.ராமாநுஜன் தற்செயலாகச் சங்கப் பாடல்களுக்கு அறிமுகமானார். தமிழைத் தாய்மொழியாகக் கொண்டிருந்தாலும் கன்னடமே அவருக்கு இரண்டாம் மொழியாக இருந்தது. 'நாபியிலே பூவில்லை' முதலான கவிதைத் தொகுப்புகளை அவர் கன்னடத்தில் எழுதியிருக்கிறார். மொழியியலே அவரது புலமைத் தொழில். 1962-இல் ஒரு நாள், சிகாகோ பல்கலைக் கழகத்தில் அடிப்படைத்

தமிழைப் பயிற்றுவதற்காக ஒரு பாலபாடத்தை அவர் நூலகத்தில் தேடிக் கொண்டிருந்தபோது, உ.வே.சாமிநாதையரின் குறுந்தொகைப் பதிப்பு – வரலாற்றாசிரியர் கே.ஏ.நீலகண்ட சாஸ்திரி பயன்படுத்திய நூற்பிரதி தட்டுப்பட்டது. ஏ.கே.ராமானுஜன் தம் மனத்தைப் பறிகொடுத்தார்.

1965-இல் பருக்கைப் பதமாகப் பதினாறு அகப்பாடல்களை அவர் ஆங்கிலத்தில் மொழிபெயர்த்தார். குறுந்தொகையிலிருந்து ஏறத்தாழ நூறு பாடல்கள் கொண்ட தொகுப்பு 1967-இல் இந்தியானா பல்கலைக்கழகப் பதிப்பாக வெளிவந்தது. 'அகம்', 'திணை சார்ந்த நிலப்பரப்பு' என்ற கருத்தாக்கங்களின் இணைவாக அவர் கையாண்ட *Interior Landscape* என்ற நூல்தலைப்பு இலக்கிய உலகில் நிலைபேறு அடைந்து விட்டது. பின்னர் 1985-இல் கொலம்பியா பல்கலைக்கழக வெளியீடாக *Poems of Love and War* வெளிவந்தது. இதில் அகப்பாடல்களோடு புறப்பாடல்களையும் தேர்ந்தெடுத்து ஏ.கே.ராமானுஜன் மொழிபெயர்த்திருந்தார்.

சமஸ்கிருதக் கவிதைகளைப் படித்தவர்கள் இந்திய இலக்கியம் என்றால் மிகையும் உயர்வு நவிற்சியும் சொல்லலங்காரங்களும் நிரம்பியதாக இருக்கும் என்று நம்பிக் கொண்டிருந்ததற்கு மாறாக, ஏ.கே.ராமானுஜனின் கைவண்ணத்தில் மிகையற்ற, இயல்பு நவிற்சியான சங்கப்பாடல்கள் நவீன கவிதைகளாக மொழிமாற்றம் பெற்றன. இந்தியவியலுக்கு அப்பாலான வட்டாரங்களிலும் சங்கப் பாடல்கள் கவனம் பெற்றன. *Penguin Book of Love Poetry*, *Penguin Book of Women Poets*, *Women Writing in India* முதலான உலக இலக்கியத் தொகுப்புகளில் சங்க இலக்கியத்துக்கு உரிய இடம் கிடைத்தது. லண்டன் மாநகரச் சுரங்க ரயிலில் 'செம்புலப் பெயல் நீர்' பாடல் பொறிக்கப்பட்டது. விக்ரம் சந்திராவின் *Red Earth and Pouring Rain*, பி.ஏ.கிருஷ்ணனின் *The Tiger Claw Tree*, ப்ரீதா சாமராசனின் *Evening is the Whole Day* போன்ற ஆங்கில நாவல்களின் தலைப்புகள் ஏ.கே. ராமானுஜனின் சங்க இலக்கிய மொழிபெயர்ப்புத் தொடர்களாக அமைந்தன. அமெரிக்காவில் சில திருமண நிகழ்ச்சிகளிலும் சங்கப் பாடல்கள் பாடப்பட்டிருக்கின்றன. ராமானுஜன் தம் மொழியாக்க நூல்களுக்கு மிக விரிவாகப் பின்னுரைகளை எழுதியிருப்பார். சங்க இலக்கிய உலகத்தையும், இந்தியக் கொள்கையினையும், கவிதை நுட்பத்தையும் ஒப்பீட்டுப் பார்வையில் விளக்கிய இப்பின்னுரைகள், தமிழ்மொழி இலக்கியத்தின் செவ்வியல் தன்மையை நிலைநாட்டி,

அறிஞருலகின் ஏற்பைப் பெறவைத்தன. இப்பெருமை ஜார்ஜ் ஹார்ட்டை விட ஏ.கே.ராமாநுஜனுக்கே உரியது.

ஜார்ஜ் ஹார்ட்டும் தம் பங்குக்கு சங்கப் பாடல்களை மொழிபெயர்த்திருக்கிறார். *Poems of the Tamil Anthologies (1979)* என்றொரு தொகுப்பு பிரின்ஸ்டன் பல்கலைக்கழக வெளியீடாக வந்தது. கம்ப ராமாயணத்தின் ஆரணிய காண்டத்தை மொழிபெயர்த்த பிறகு, 1999இல் புறநானூற்றை முழுவதுமாக ஹாங்க் ஹைஃபிட்ஸ் என்பாருடன் இணைந்து மொழிபெயர்த்து, கொலம்பியா பல்கலைக்கழக வழி ஹார்ட் வெளியிட்டார். டேவிட் லட்டன், மார்த்த ஆன் செல்பி முதலான பிற அமெரிக்கப் பல்கலைக்கழகப் பேராசிரியர்களும் சங்க இலக்கியத்தை மொழி பெயர்த்திருக்கின்றனர்.

இவர்களுடைய மொழிபெயர்ப்புகளால் சங்க இலக்கியம் புலமை உலக அறிந்தேற்பைப் பெற்றது என்று போற்றும் அதேவேளையில், இவற்றின் குறைபாடுகளையும் நாம் கவனத்தில் கொள்ள வேண்டும். ஏ.கே.ராமாநுஜனின் சங்க இலக்கியப் புரிதல் பெரிதும் உரைகளைச் சார்ந்தது. ஆங்கில வாசகர்களின் வாசிப்புக்குரிய தன்மையைக் கொண்டு வருவதில் அவர் மூலத்தைச் சில வேளைகளில் தவறவும் விடுகிறார். 'முட்டுவேன் கொல் தாக்குவேன் கொல்...' என்பது தொன்மை மட்டுமன்று; தொடர்ச்சியும் கூடத்தானே! தமிழ்ப் பண்பாட்டுச் சூழலில் வாழாத ஒருவர் சில பல நுட்பங்களைத் தவறவிடுவதில் வியப்பென்ன?

ஏ.கே.ராமாநுஜனின் கையில் வெற்றிபெறும் கவித்துவம் ஜார்ஜ் ஹார்ட்டிடம் மண்ணைக் கவ்வுகிறது. பல பாடல்கள் 'சப்' பென்றிருக்கின்றன. பல இடங்களில் அவர் பாடலையல்ல உரையினையே மொழிபெயர்த்திருப்பதாகத் தெரிகிறது.

தமிழ்நாட்டு மொழிபெயர்ப்பாளர்களின் நிலையோ வேறு. பி.ஜோதிமுத்து, அ.தட்சிணாமூர்த்தி முதலான பலர் சங்க இலக்கியத்தை ஆங்கில மொழியாக்கம் செய்திருக்கின்றனர். மொழிபெயர்ப்பு புதிரானதொரு இலக்கியச் செயல்பாடு. மூல மொழியை விட இலக்குமொழிப் பயிற்சியே மொழியாக்கத்தை மதிப்பிட முதற்காரணமாகின்றது. ஆங்கிலமோ விந்தையான மொழி. ஓயாமல் மாறிக்கொண்டே இருக்கும். இம்மொழியின் சிறப்புக்கு அதன் சமகாலத்தன்மை இன்றியமையாதது. ஆங்கிலம் தாய்மொழியாக இல்லாதோர்க்கு இது எளிதில் கைவருவதில்லை. எனவே நம்மவர் செய்யும் மொழிபெயர்ப்பு ஆங்கிலம் மட்டுமே

கற்றவர் மதிக்கும் நிலையிலில்லை. டி.என்.ராமசந்திரன் போன்ற சிலர் ஜான்சன் கால ஆங்கிலத்தைக் கையாண்டு ஆங்கிலப் பேராசிரியர்களையே மிரள வைத்து விடுகிறார்கள்.

மேலும், சரக்கு மட்டுமல்ல செட்டியாரும் மிடுக்காய் இருக்க வேண்டும். நம்மவர் மொழிபெயர்ப்புகள் அயலவர் மதிக்கும் பதிப்பகங்கள் மூலமாக வெளியாவதில்லை. தமிழ் இலக்கியக் கருவூலங்களின் ஆங்கில மொழிபெயர்ப்புகளை உலகத் தமிழாராய்ச்சி நிறுவனம், தமிழ்ப் பல்கலைக்கழகம் போன்ற அமைப்புகள் வெளியிட்டு, தமிழ்நாட்டுக்குள்ளேயே விற்றோ, முடக்கியோ வைப்பதில் என்ன பயன்? பல்கலைக்கழக வெளியீடுகளின் பதிப்பு, அச்சுச் செம்மையின்மை பற்றி எதுவும் சொல்லாதிருப்பதே மேல்.

இந்தப் பின்னணியில் வட மீனாய் ஒளிர்பவர் ம.இலெ. தங்கப்பா. மரபுக் கவிஞராகவும், தனித்தமிழ் ஆர்வலராகவும், இயற்கை செயல்பாட்டாளராகவும், வாழ்வியல் சிந்தனையாளராகவும் அறியப்படும் தங்கப்பா மொழிபெயர்ப்பாளருமாவார். இவருடைய சங்க இலக்கியப் பாடல்களின் தேர்ந்த மொழிபெயர்ப்புகள் அண்மையில் Love Stands Alone என்ற பெயரில் பெங்குவின் வெளியீடாக வந்துள்ளன. உலகச் செவ்விலக்கிய வரிசை என்ற *Penguin Classics* புகழ் பெற்றது. தங்கப்பாவின் மொழிபெயர்ப்பு பெங்குவின் பதிப்பாக வெளியாகியுள்ளது தமிழர் தலைநிமிர்வுக்கு உரியது.

1958 முதலே த.கோவேந்தனின் 'வானம்பாடி'யிலும் பெருஞ்சித்திரனாரின் 'தென்மொழி'யிலும் தம் மொழியாக்கங்களை வெளியிட்டு வந்திருப்பவர் தங்கப்பா. 1970-இல் வெளியான *Hues and Harmonies* தேர்ந்த வாசகர்களின் கவனத்தைப் பெற்றது. ஐம்பதாண்டுகளாகத் தம் மொழியாக்கங்களை அவர் செப்பனிட்டு வருகிறார். சிறந்த இலக்கியங்களை ஒவ்வொரு தலைமுறையும் தனக்காக மொழிபெயர்த்துக்கொள்ள வேண்டும் என்பார்கள். தங்கப்பா ஒருவராகவே மூன்று தலைமுறையாகச் சங்கப்பாடல்களை மொழிபெயர்த்திருக்கிறார்.

பெங்குவின் போன்ற பன்னாட்டுப் பதிப்பகங்களின் நடைமுறைகளூடே ஒரு கையெழுத்துப்படி பயணித்து நூலாவது எளிதல்ல. தங்கப்பாவின் மொழிபெயர்ப்பு ஒவ்வொரு படியிலும் வியப்பினை ஈட்டியிருக்கிறது. அவரது ஆங்கிலத்தைப் படித்த

எவரும் அவர் தமிழாசிரியர் என்பதை நம்பவில்லை. ஆக்ஸ்போர்டு பல்கலைக் கழகத்தின் கவிதைப் பேராசிரியர் பதவியை மயிரிழையில் தவறவிட்ட கவிஞர் அரவிந்த் மெஹ்ரோத்ரா, தங்கப்பா ஒரு வியப்பு என்கிறார். லண்டன் பல்கலைக்கழகப் பேராசிரியர் விட்னி காக்ஸ்க்கும் வியப்புத் தாங்கவில்லை.

'அருளே மன்ற ஆருமில்லதுவே' என்ற குறுந்தொகைத் தொடரே நூலுக்குத் தலைப்பாகியுள்ளது. நூறு அகப்பாடல்களும் அறுபது புறப்பாடல்களுமாகத் தங்கப்பாவின் தேர்வு அமைந்திருக்கிறது. அன்பின் செழுமையினைக் காட்டும் அகப்பாடல்களே தங்கப்பாவைப் பெரிதும் ஈர்த்துள்ளன. புறப்பாடல்களில் உலகளாவிய தன்மை வாய்ந்த காஞ்சித் திணையும் பாடாண் திணையுமே அவருக்கு உவப்பாக உள்ளன. 'ஜே.ஜே.: சில குறிப்பு' களில் வரும் சேர்த்தலை கிருஷ்ண அய்யரைப் போல் சங்க கால வார்த்தைகளை மட்டுமே பயன்படுத்தி எழுதப்பட்ட நாவல் ஒன்றை 'தினத்தந்தி' போல படித்துக் கொண்டு போகக் கூடியவர் தங்கப்பா. சங்ககால ஆற்றுப்படைகளைப்போல இக்காலத்தில் 'இயற்கையாற்றுப் படை'யை இயற்றியவர் அவர். தங்கப்பாவின் தமிழ்ப் பயிற்சியைப் பற்றிப் பேசுவது மிகை. சமகால ஆங்கிலத்தை அவர் கையாண்டிருக்கும் அழகை வாசகர்கள் படித்துப் பார்க்கலாம். 'பாரி பாரி என்று பல ஏத்தி' போன்ற பாடல்களின் தொனியைக் கைப்பற்றியிருப்பதாகட்டும், 'கல் குயின்றன்ன நல்கூர்' போன்ற தொடர்களை ஆங்கிலத்தில் செட்டாகப் பெயர்த்திருப்பதிலாகட்டும்- தங்கப்பாவின் கைவண்ணத்தில் சங்கப் பாடல்கள் ஆங்கிலத்தில் மிளிர்கின்றன.

தமிழுக்குத் தினையளவு சிறப்புச் செய்யாதவர்களும் தருக்கித் திரியும் காலம் இது. தங்கப்பா அமைதியாக ஒளிர்ந்து கொண்டிருக்கிறார்.

★

-ஆ.இரா.வேங்கடாசலபதி

பேராசிரியர், சென்னை வளர்ச்சி ஆராய்ச்சி மையம்

த சண்டே இந்தியன் 27 ஜூன் 2010 செம்மொழி சிறப்பிதழ்

எல்லார்க்கும் இனியவை

- வளவ. துரையன்
எழுத்தாளர்

தமிழ் இலக்கியத்தில் பிற துறைகள் வளர்ந்த அளவிற்குக் "குழந்தை இலக்கியம்" வளர்ச்சி பெறவில்லை என்பது ஓர் உண்மை நிலையாகும். குழந்தை இலக்கியம் படைப்பதற்குக் குழந்தைகளின் உலகத்தில் புக வேண்டும். பல எழுத்தாளர்களால், அவர்கள் தம்மை மீத்திறன் உடையவர்கள் என்று எண்ணிக் கொண்டிருப்பதால் குழந்தைகளின் உலகத்தில் நுழைந்து இலக்கியம் படைக்க முடிவதில்லை. மேலும் ஒரு சிலர் குழந்தை இலக்கியம் என்பதைச் சிறுவர்களுக்கு நீதிகளைப் புகட்டும் படைப்புகள் என்று நினைத்து எழுதித் தோல்வி அடைகிறார்கள்.

குழந்தைகளுக்கே உரிய விருப்பு வெறுப்பற்ற தன்மையுடன், தனி மாந்த நேயம் கொண்டு, இயற்கையை விரும்புபவரால் மட்டுமே குழந்தைகளைப்பற்றி எண்ணி அவர்களுக்காக எழுத முடியும். அவ்வகையில் தனித்தமிழ் அறிஞராக, எல்லா உயிர்களிடமும் அன்பு செலுத்துவதையே வாழ்நாள் கொள்கை உடையவராக இயற்கையின் மீது காதல் கொண்டவராக நம் கண்முன் வாழ்ந்து வருபவர்தாம் ம.இலெ.தங்கப்பா.

குழந்தை இலக்கிய வரிசையில் தங்கப்பாவின் மூன்றாவது நூலாக சோளக் கொல்லைப்பொம்மை வெளிவந்துள்ளது. மழலைப் பூக்கள், எங்கள் வீட்டுச் சேய்கள், இயற்கை விருந்து ஆகிய மூன்று குழந்தை இலக்கிய நூல்களை அவர் முன்பே வெளியிட்டிருப்பதைத் தொடர்ந்து இந்நூல் வெளிவருகிறது.

105 பாடல்கள் நிறைந்துள்ள இந்நூல் குழந்தைகள்

படிப்பதற்கேற்ற பெரிய எழுத்துகளுடனும், எல்லாப் பாட்டுகளுக்கும் அழகான எளிமையான பாடல்களுடனும் அமைந்திருப்பது பாராட்டத்தக்கதாகும்.

தங்கப்பாவே முன்னுரையில் குறிப்பிட்டிருப்பது போல இந்நூல் மழலையர், குழந்தைகள், சிறுவர்கள் என எல்லாப் பருவத்தினருக்கும் ஏற்ற பாடல்களைக் கொண்டுள்ளது. இந்நூலின் பாடல்களை ஒலிநயம் உள்ளவை, சிறுகதைகளைக் கொண்டிருப்பவை, நகைச்சுவை காட்டுபவை என்று மூவகையாகப் பகுத்துப் பார்க்கலாம்.

சிறு குழந்தைகளுக்குப் பேசும் பழக்கத்தையும் பாடும் ஆர்வத்தையும் ஊட்ட உதவுவன குழந்தைப் பாடல்களே ஆகும். அவற்றின் உள்ளே நுழைந்து பொருள் இருக்கிறதா என்று பார்க்காமல் செவிக்கு இன்பமான ஒலி தருகிறதா, பாடுவதற்கேற்ற ஓட்டம் உள்ளதா என்றே பார்க்க வேண்டும்.

"வால், வால், குரங்கு வால்;
மரத்தில் தொங்குது வவ்வால்
கால் எனக்கு இரண்டு கால்
கம்பைச் சேர்த்தால் மூன்று கால்"

எனும் பாடலில் 'ல'கர ஒலி மிகுந்து வந்து இன்பம் தருகிறது. அத்துடன் இதைப் பாடும்போதே வவ்வால் போன்று கைகளை விரித்துக் காட்டவும் குரங்கு வால் இருப்பது போல பின்னால் காட்டவும், கீழே குனிந்து தன் கால்களைக் காட்டவும், கம்பு ஊன்றுவதுபோல் நடிக்கவும் வாய்ப்புகள் இருப்பதால் குழந்தைக்கு உற்சாகம் ஏற்படுகிறது.

அதற்காக தங்கப்பா இதுபோன்ற பாடல்களை ஏனோதானோ வென்று எழுதி விடவில்லை. 'பனித்துளி' பற்றிய பாடலில் 'பனித்துளி, பனித்துளி' என்று நான்கைந்து முறை அச்சொல்லை அடுக்கிப் பாடுவதற்கேற்ற நயம் அமைத்துக் கொடுத்தாலும் புல்லின் மீது காணும் பனித்துளியை "பச்சை இலைத் தட்டின் மேல், பளிங்குருண்டை பனித்துளி" என்று உவமையாய்க் கூறும்போது தட்டு, உருண்டை எனும் சொற்கள் மழலை மனத்தில் ஆழமாகப் பதிகின்றன.

ஒரு நரியும் அதன் நண்பனாய் இருந்த கொக்கும் ஒன்றை ஒன்று விருந்துக்கு அழைத்து ஏமாற்றிய கதை ஒன்றை வழக்கமாகச்

சொல்வதுண்டு. இக்கதையைத் தங்கப்பா மாற்றிப் பாடுகிறார். இருவர் நட்பாக இருக்கையில் ஒருவர்க்கொருவர் அன்பு செலுத்த வேண்டும் என்ற 'உடன்பாட்டு' எண்ணத்தை அவர் ஏற்படுத்துகிறார். 'கொக்கும் குக்கலும்' என்ற பாட்டில் முதலில் கொக்கு நாயை விருந்துக்கழைக்கிறது. நாய் குடிப்பதற்கேற்ப கொக்கு

"தட்டு நிறையப் பாலை ஊற்றி
நக்கி உண்ணக் கொடுத்தது"

என்று எழுதுகிறார். இதே போல கொக்கைத் தன் வீட்டுக்கழைக்கும் நாயும் கொக்கு தின்பதற்கேற்றவாறு உயரமான சாடியிலே மீன்களை வைக்கிறதாம்.

"மிக்க உயர்ந்த சாடி நிறைய
மீன்கள் நிறைத்து வைத்தது
கொக்கு கொத்தித் தின்றது
குக்கல் பார்த்து மகிழ்ந்தது"

என்ற அடிகள் சிறுவர் மனத்தில் இனிமையாகப் பதியும் என்பது உறுதியாகும்.

சிறு வயதில் கண்ணன் செய்யும் குறும்புகளைப் பெரியாழ்வாரும் பாரதியாரும் பட்டியலிடுவர். அதுபோல இல்லத்தில் அண்ணனும் தங்கையும் செய்யும் சிறு குறும்புத்தனங்களை இலக்கண அமைதியோடு "திருடர் யார்" எனும் பாடல் காட்டுகிறது.

'உயரமாக இருந்த நெட்டைக் கொக்கனிடம் கதை சொல்ல வருகிறான் குட்டைக் காலன். தலை உயரத்தில் இருப்பதால் குட்டையன் சொல்வது நெட்டையன் காதில் விழுவில்லை. இரண்டு ஏணிகளைச் சேர்த்துக் கட்டி அதை நெட்டையன் தோள் மீது சார்த்திக் குட்டையன் கதை சொன்னான்' என்ற கருத்தமைந்த பாடல் இனிமையான நகைச்சுவை தருகிறது.

நூலின் இறுதிப்பகுதிகளில் உள்ள பாடல்கள் சற்று வயது வந்த சிறுவர்களுக்கானவை என்று தங்கப்பாவே கூறி உள்ளார். அவரும் தொடக்கத்தில் இருந்த குழந்தை மனத்திலிருந்து மாறுபட்டு இப்பாடல்களை எழுதி உள்ளார். குறிப்பாக இருபது முப்பது ஆண்டுகளுக்கு முன் நேரம் கிடைக்கும் போதெல்லாம் தங்கப்பா மிதிவண்டியில் இயற்கையைக் காணக் கிளம்பிடுவார். ஒருமுறை அப்படி அவர் பூம்புகார் வரை போய் வந்துள்ளார்.

அத்தகைய இயற்கை விரும்பியை 'அணில்கள்' பாடலிலும், 'ஆசைகள்' பாடலிலும் நாம் பார்க்கிறோம். அணில்கள் "தென்னகத்தில் பழந்தமிழர் திரிந்தது போலத் திரிந்தன" என்று அவர் எழுதும்போது பண்டைய பெருமையை இளைய தலைமுறைக்குச் சுட்டிக் காட்டுகிறார்.

தனித்தமிழ் அறிஞரான தங்கப்பா "சொந்த மொழி வேண்டும்" என்ற பாட்டில் தன் முத்திரையை பதிக்கிறார். தாய்மொழிக் கல்வியை என்றும் வலியுறுத்தி வரும் அவர்,

"எந்திரம் போல் பாட்டை
இங்கிலீசில் படித்தே
ஒன்றும் புரியாமல்
ஒப்பிப்பதா கல்வி?
சொந்த மொழிப் பாட்டைச்
சுவைத்துப் பாடலாமே
என்றும் நினைவில் இருக்கும்
இங்கிலீசோ மறக்கும்"

என்று சற்று வளர்ந்துள்ள சிறுவர்க்கு கூறும் அறிவுரை சாலச் சிறந்ததாகும்.

★

என் தம்பி தங்கப்பா

- நட்சத்திரவதனா மதனசிங்
(தங்கப்பாவின் சகோதரி)

நான் ஒரு ஓய்வுபெற்ற ஆசிரியை. நட்சத்திரவதனா என்பது என் பெயர். என் தம்பி லெனின் தங்கப்பா. அவர் பாண்டிச்சேரியில் உள்ள ஒரு கல்லூரியில் தமிழ்ப் பேராசிரியராகப் பணிபுரிந்து ஓய்வு பெற்றவர்.

எனக்குப் பத்து வயதிருக்கும். தம்பி தங்கப்பாவுக்கு 9 வயது. எங்கள் வீட்டுப் பக்கத்தில் புளிய மரம் ஒன்று இருந்தது. அதிலுள்ள பழங்கள் கொஞ்சம் இரவில் உதிரும். விடிந்தால் சிலர் புளியம் பழங்களைப் பொறுக்கிக் கொண்டு போய் விடுவர். அதனால் நானும் என் தம்பி தங்கப்பாவும் காலை 5 மணிக்கே புளியம்பழம் பொறுக்கப் போய் விடுவோம். மரத்தடியில் ஆங்காங்கே நின்று பொறுக்குவோம். சில வேளை பழம் விழும் சத்தம் கேட்டு அத்திசை நோக்கி ஓடி வருவோம். புளியம்பழத்தைக் கண்டு கொள்வோம். ஆனால் இருவருமே எடுப்பதில்லை. 'அக்கா நீ எடு' என்பான். நான் 'நீ எடு தம்பி' என்பேன். பலமுறை சொல்லியும் எடுக்கமாட்டான். 'நீ எடு' என்பான். கடைசியில் நானே எடுப்பேன். விட்டுக் கொடுக்கும் மனம் அவனுக்கு உண்டு.

என் தம்பி தங்கப்பா மிகவும் இரக்கம் உள்ளவன். சிறு வயது முதல் மாமிச உணவு சாப்பிடுவதில்லை. ஏன் என்று கேட்போரிடம், 'அதுவும் ஒரு உயிர்தானே அதைக் கொல்வது பாவம் இல்லையா?' என்பான். அதற்கேற்றாற்போல் அவனுக்கு வாய்த்த அவன் மனைவியும் ஒரு பிராமணப் பெண். மாமிசம் சாப்பிடாதவர்கள். தம்பி தங்கப்பாவின் மனைவி விசாலாட்சி. ஆசிரியைப் பணி செய்து நல்லாசிரியர் விருது பெற்று ஓய்வு பெற்றவர். தங்கப்பாவுக்கு

செங்கதிர், விண்மீன் என்ற இரண்டு ஆண் பிள்ளைகளும், மின்னல் என்ற பெண் மகளும் உள்ளனர். மூன்று பிள்ளைகளுக்கும் கலப்புத் திருமணம் செய்திருக்கிறார்கள். தங்கப்பாவின் தகப்பனார் மதன பாண்டிய நாடார்; தாயார் இரத்தினமணி அம்மாள். தம்பி ஜாண் விக்ளிப், தங்கை வஸ்தி ராணி. தங்கப்பாவின் அப்பா (என் சித்தப்பா அவர்கள்) என் அப்பாவின் உடன் பிறந்த தம்பி ஆவார். தங்கப்பாவின் தாயார் ரத்னமணி அம்மாள், என் தாயார் உடன் பிறந்த தங்கை. அதனால்தானோ என்னவோ பாசம் அதிகம் என்று நினைக்கிறேன். தங்கப்பாவின் தந்தையார் கோபாலசமுத்திரம் என்னும் ஊரில் உள்ள உயர்நிலைப் பள்ளியில் தமிழ் ஆசிரியராகப் பணியாற்றினார்கள். தம்பியும் கோபாலசமுத்திரம் உயர்நிலைப் பள்ளிக்குப் போய் விட்டான். படிப்பை முடித்துக் கொண்டு பாண்டிச்சேரிக்கு வேலைக்குச் சென்று விட்டான்.

எங்களுக்கு நிறைய தென்னை, பனை மரங்கள் உண்டு. ஒரு தாத்தா பனை மரத்தில் ஏறி பதனீர் இறக்கித் தருவார். நானும் என் தம்பி தங்கப்பாவும் ஆளுக்கொரு பாத்திரத்தை எடுத்துக் கொண்டு பதனீர் வாங்கப் போவோம். அந்தத் தாத்தா பதனீர் எடுத்துத் தந்ததும் தோட்டத்தில் இருக்கும் ஆமணக்கு இலையின் தண்டை எடுத்துப் பதனீரை உறிஞ்சிக் குடிப்போம். மீதியை வீட்டுக்குக் கொண்டு வருவோம். ஒரு நாள் பாத்திரத்தைத் தூக்கும்போது கீழே போட்டு விட்டான். பதனீர் எல்லாம் கொட்டி விட்டது. பக்கத்தில் நின்ற சில பிள்ளைகள் சிரித்து விட்டனர். உடனே தம்பி, ‘போனால் போகட்டுமே நாளைக்குத்தான் கிடைக்குமே...’ என்று வீரத்துடன் சொன்னான். கவலைப்படவேயில்லை.

நெஞ்சில் வீரமுண்டு அவனுக்கு. தங்கப்பாவுக்கு சுமார் 10 வயதிருக்கும். ஒருநாள் என்னிடம் வந்து ‘அக்கா... இன்று இரவு 12 மணிக்கு சுடுகாட்டிற்கு போகிறேன். அங்கே பேய்களெல்லாம் இருக்கும். அவைகளைப் பார்த்துவிட்டு வருகிறேன். நீ தூங்கிய பிறகுதான் போவேன்’ என்றான். அப்போது மணி 9 இருக்கும். நான் பயந்து ஐயோ பேய்கள் உன்னை சும்மாவிடுமா? கொன்று விடுமே. நீ போகாதேடா என்றேன். நீ தூங்கிய பிறகுதானே போவேன் என்றான். நான் இரவு தூங்கவேயில்லை. எல்லாரும் தூங்கி விட்டனர். 12 மணி வந்தது. ‘ஒரு கம்பை எடுத்துக் கொண்டு போகிறேன். பேய் வந்தால் ஒரே அடி அடித்துக் கொன்று விடுவேன்’ என்று தெரு வரைக்கும் போய்விட்டான். நான் பெரிய சத்தமாக

அழுது விட்டேன். தம்பி, தம்பி என்று சத்தமிட்டேன். தூங்கியவர்கள் எல்லாரும் எழுந்து என்ன என்று கேட்டார்கள். தம்பி சுடுகாட்டிற்குப் போகிறானாம். அதுதான் அழுதேன் என்றேன். எல்லாரும் சிரித்து விட்டனர். உண்மையிலேயே சொன்னானா, அல்லது ஏமாற்றினானா என்று இன்னும் தெரியவில்லை. ஆனால், உண்மையில் வீரன்தான். போனாலும் போயிருப்பான்.

என் தம்பி தங்கப்பாவும் நானும் குறும்பலாப்பேரியிலுள்ள T.D.T.A. ஆரம்பப் பள்ளியில் நான்காம் வகுப்பு வரை ஒன்றாகப் படித்தோம். 5ஆம் வகுப்புக்கு மறுவருடம் மாற்றப்பட்டோம். அப்போது, நிறைய பள்ளிக் கூடங்கள் கிடையாது. எங்கள் ஊரின் அருகிலுள்ள கீழப்பாவூரில் ஒரு நடுநிலைப்பள்ளி உண்டு. A.V. நடுநிலைப்பள்ளி என்று பெயர். அதில் 4-ஆம் வகுப்பிலிருந்து ஆங்கிலம் கற்பிக்கப்படும். அதனால் தம்பி மீண்டும் 4-ஆம் வகுப்பில் படிக்க நேர்ந்தது. நான் T.D.T.A. பள்ளியில் 5-ஆம் வகுப்பு படிக்கிறேன். மறு வருடம் வந்தது. நான் A.V. நடுநிலைப்பள்ளியில் 4-ஆம் வகுப்பில் சேர்க்கப்பட்டேன். தம்பி 4-ஆம் வகுப்பு முடித்து 5-ஆம் வகுப்பு செல்கிறான். நான் 5-ஆம் வகுப்பு முடித்து 4-ஆம் வகுப்புக்குச் செல்கிறேன். சிரிக்கத்தான் வேண்டும். ஆனால், தம்பி அழுகிறான். அக்கா எனக்கு கீழே படிக்கிறாள். நான் ஏன் 5-ஆம் வகுப்பு படிக்க வேண்டும் என்று. எல்லாரும் சமாதானம் செய்து அனுப்பினார்கள். அவன் அன்பை அளக்கவே முடியாது.

தம்பி தங்கப்பா சிறுவனாக இருக்கும்போதே அவன் அப்பா (என் சித்தப்பா) இராமாயணம், மகாபாரதம், திருக்குறள், விவேகசிந்தாமணி முதலிய நூல்களிலுள்ள குறிப்பிட்ட பகுதிகளை தினமும் படிக்கச் செய்து சிறு சிறு பரிசுகளும் கொடுப்பார்கள். தம்பியின் தமிழ் வளத்திற்கு அப்பா முக்கிய காரணமாவார்கள். தம்பி தங்கப்பா வாழ்க. தமிழ் வாழ்க.

குறும்பலாப்பேரி
நெல்லை மாவட்டம்
24.8.2014

★

தங்கப்பாவும் நானும்

- ராஜ்ஜா
இருமொழி எழுத்தாளர்

"நான் தமிழாசிரியன். என் பெயர் தங்கப்பா," என்று வகுப்பிற்குள் நுழைந்த உடனே தன்னை அவர் அறிமுகப்படுத்திக் கொண்டார்.

தங்கப்பாவின் கவிதைகளைப் பற்றி என் பள்ளிப் பருவத்திலேயே ஒரு தமிழாசிரியர் சிலாகித்துப் பேசியது என் மனதில் ஆழமாகப் பதிந்திருந்தது. அந்தக் கவிஞரை நேரில் பார்த்தது, அதுவும் எனது பேராசிரியராகப் பார்த்தது எனக்குள் அளவற்ற மகிழ்ச்சி. "நம் வாழ்க்கையில் எல்லாமே கொடுப்பினைதான்," என்று என் அம்மா எப்போதோ, எதற்கோ சொன்னது என் மனதில் நிழலாடியது.

புதுச்சேரி தாகூர் கலைக் கல்லூரியிலே முதலாண்டு ஆங்கில இலக்கியம் பயின்ற காலத்தில்தான் நான் முதல் முறையாக தங்கப்பாவைச் சந்தித்தேன். வெள்ளை வெளேரென்று ஒரு பேண்ட்ஸ். அதே நிறத்தில் முழுக்கைச் சட்டை. சட்டையை 'டக்' செய்திருந்தார். முகத்திலோ தமிழனுக்கே உரிய கம்பீரமான பெரிய்ய மீசை. வெள்ளி நிறத்தில் பிரேம் போட்ட கண் கண்ணாடி. அவர் அன்று ஆற்றிய விரிவுரையோ 'கவிதையும் கவிஞனும்' என்ற தலைப்பில்தான்.

கவிஞனாக நினைக்கும் ஒவ்வொருவனும் கண்டதையும் படிக்க வேண்டும் என்பதை நான் தெரிந்துகொண்ட நாள் அது. என் மனதில் இடம் பிடித்த ஆசிரியர்களிடமிருந்து மேலும் மேலும் கற்றுக் கொள்ள வேண்டும் என்பதில் இன்றும் குறியாக இருப்பவன் நான். என் பேராசிரியர்கள் யாருமே என்னை தூரத்தில் தள்ளி வைத்தவர்கள் இல்லை.

தங்கப்பா என் மனதில் இடம் பிடித்து விட்டார். நானும் என் பங்கிற்கு அவர் மனதில் இடம் பிடிக்க வேண்டுமே, என்ன செய்ய? எனக்கு ஒரே ஒரு வழிதான் தெரிந்தது. கவிதை எழுதினேன். எழுதியவற்றை எடுத்துக் கொண்டு தங்கப்பாவின் இல்லம் சென்றேன். என் கவிதைகளைப் படித்துப் பார்த்தவர், "இதெல்லாம் கவிதை ஆகாது. முதலிலே நீ நிறைய படிக்க வேண்டும். திறமையான கவிஞர்களின் கவிதைகளைப் படி," என்றார்.

நான் விழி பிதுங்கி 'திருதிரு'வென விழிக்க, தங்கப்பாவோ அவரது நூலகத்திற்குள் என்னை அழைத்துச் சென்றார். வேறொரு உலகத்தினுள் நான் சஞ்சரிப்பதை என்னால் உணர முடிந்தது. சங்க இலக்கியம் முதல் பாரதி, பாரதிதாசன் வரை தமிழ்ப் புத்தகங்களையும் அந்த அளவிற்கு ஆங்கிலப் புத்தகங்களையும் வேறு எந்தப் பேராசிரியரின் வீட்டிலும் நான் அன்றுவரை பார்த்தது கிடையாது. தமிழிலக்கியத்தின் மீது நான் காதல் கொள்ள தங்கப்பாவின் நூலகம் எனக்குத் துணையாக நின்றது.

யாருக்கும் 'இல்லை' என்று சொல்லாமல் தன் புத்தகங்களை அள்ளிக் கொடுப்பவர் தங்கப்பா... அவை தானாகவே திரும்பி வந்துவிடும் என்ற நம்பிக்கையோடு. கொடுத்தால் கேட்க மாட்டார். வாங்கினால் தர மாட்டார். அவரது ஞாபக மறதிக்கு ஒரு சலாம் போடலாம்.

தங்கப்பா தன் கவிதைகளை தமிழில் மட்டுமே எழுதாமல் ஆங்கில மொழியிலும் எழுதினார். நான் கல்லூரிப் பேராசிரியனாக ஆனபின் அவரை அடிக்கடி சந்திக்கும் வாய்ப்பினைப் பெற்றேன். அவரது ஆங்கிலக் கவிதைகளை கோப்பு கோப்புகளாக வைத்திருப்பார். "இவற்றையெல்லாம் ஆங்கில இதழ்களில் வெளியிடலாமே", என்று நான் சொல்ல அவரும் சிரித்துக் கொள்வார். அதன் பொருள் எனக்குப் புரிந்தது. அவரது பல ஆங்கிலக் கவிதைகளை நான் என் இல்லம் எடுத்துச் சென்று, தட்டச்சு செய்து, புதுச்சேரி அரவிந்த ஆசிரம வெளியீடுகளின் ஆசிரியர்களிடம் சேர்ப்பித்திருக்கிறேன். கவிதை வெளியானதும் அப்பத்திரிகையை எடுத்துச் சென்று அவர் கையில் கொடுத்து மகிழ்ந்திருக்கிறேன். தங்கப்பாவின் மிகச்சிறந்த ஆங்கில மொழி பெயர்ப்பான ராமலிங்க சுவாமிகளின் பாடல்கள் அப்படி வெளிவந்தவையே. பின்னர் ஆசிரமப் புத்தக வெளியீட்டு நிறுவனம் அதைத் தொகுத்து SONGS OF GRACE என்ற நூலாகக் கொண்டு வந்தது.

இப்படித்தான் ஒரு தடவை தங்கப்பாவின் கவிதை வெளிவந்த இதழ் ஒன்றினை சுமந்து கொண்டு அவரது இல்லம் சென்றேன். தங்கப்பாவின் துணைவியார் விசாலாட்சி அவர்கள் என் மீது பாசம் கொண்டவர். “அய்யா அவரது நூலகத்தில் வேலையாய் இருக்கிறார். மாடி ஏறிச் சென்றால் அவரைப் பார்க்கலாம்,” என்று சொன்னார். நானும் சென்றேன். நூலகத்தின் வாசற் கதவில் ‘எனக்கு வேலைகள் மிகப்பல. தொந்தரவு செய்யற்க’ என்று எழுதப்பட்ட ஓர் அட்டை தொங்கிக் கொண்டிருந்தது. எனக்கு சங்கடமாகிப் போனது. இருந்தும் அவர் அப்படி என்னதான் வேலை செய்கிறார் என்ற ஆர்வம் மிகவே, நானும் கண்ணாடி சன்னல் வழியே எட்டிப் பார்த்தேன். தங்கப்பாவின் எழுதும் மேசை மீது நிறைய வெள்ளைக் காகிதங்கள் இருந்தன. அவர் உபயோகப்படுத்தும் மைப்பேனா அவைகளின் மீது மூடப்படாமலே கிடந்தது. பேராசிரியரோ தன் நாற்காலியில் சாய்ந்த வண்ணம் தூங்கிக் கொண்டிருந்தார். மரியாதையாக கீழே சென்று அம்மாவிடம் நான் கொண்டு வந்த சஞ்சிகையைக் கொடுத்து விட்டு, அவர் வாஞ்சையோடு தரும் தேநீரை அருந்திவிட்டு என் வீட்டுக்குப் போய் விடலாம் என்று நினைக்கையில், தான் அதுவரை இருந்த முட்டை ஓட்டினை திடீரென்று உடைத்து வெளிவரும் கோழிக்குஞ்சினைப் போல தங்கப்பா வெளிவந்து பேனாவை எடுத்து தான் விட்ட இடத்திலிருந்து தொடர்ந்து எழுத ஆரம்பித்தார். அவர் தூங்கிக் கொண்டிருக்கவில்லை. எழுதுவதற்கான சமாதி நிலைக்குச் சென்று அந்த நிலையிலே எழுத வேண்டிய கருப்பொருளைத் தேடி வெளிக் கொண்டு வந்து கொண்டிருக்கிறார் என்பதை அறிந்தேன். இதுவே எழுத்தாளனின் வெற்றியும்கூட.

அவரைத் தொந்தரவு செய்தேன். எழுத்தாளனின் எழுத்தை சுடச்சுட படிக்க என்றுமே எனக்கு ஆவல் உண்டு. தங்கப்பாவும் தான் எழுதியதைக் காட்டினார். அப்போது அவர் எழுதி அவரது வானகப் பதிப்பகம் வெளியிட்ட “வேப்பங்கனிகள்” என்ற சிறுநூலை எனக்கு அன்பளிப்பாகக் கொடுத்தார். இந்நூலை நான் பலமுறை படித்திருக்கிறேன். என் மாணவர்களும், சக ஆசிரியர்களும் நன்றாகவே படித்துக் கிழித்துள்ளனர். தாள் தாளாகப் பிய்ந்து வந்து விட்ட நிலையிலும் ஓர் சிறு அட்டைப் பெட்டியில் போட்டு பத்திரப்படுத்தி வைத்திருக்கிறேன். தங்கப்பாவிடமே இந்த நூலின் படி இல்லை என்கிறபோது இது எனக்குப் புதையல் இல்லையா?

★

தங்கப்பாவின் தமிழ்த்தொண்டு

- ம.அருள்குமார்

பேராசிரியர் ம.இலெ. தங்கப்பா அவர்கள் நெல்லை மாவட்டத்தில் அமைந்துள்ள குறும்பலாப்பேரி எனும் சிற்றூரில் பிறந்து வளர்ந்து (குறும்பலாப்பேரி, கீழப்பாவூர் ஏ.வி. தொடக்கப்பள்ளி, கோபாலசமுத்திரம், பாளையங்கோட்டை ஆகிய ஊர்களில் பள்ளிக் கல்வியையும் பாளையங்கோட்டையில் கல்லூரிக் கல்வியையும் முடித்த இவர்) 1959-ல் புதுச்சேரி சென்று 1967 வரை ஆங்கில ஆசிரியராகப் பணி செய்தார். 1968-ல் தாகூர் கலைக் கல்லூரியில் 20 ஆண்டுகள் தமிழ் ஆசிரியராகப் பணியாற்றி பின் பாரதிதாசன் மகளிர் கல்லூரியில் பணி நிறைவு செய்தார். அது முதல் பாண்டிச்சேரியையே தன் ஊராகப் பாவித்து வாழ்ந்து வருகிறார். இவர் அமைதியையும் ஒற்றுமையையும் விரும்புபவர்.

கடந்த 25 ஆண்டுகளாக பாண்டிச்சேரியின் பல அரசுக் கல்லூரிகளில் தமிழ்ப் பேராசிரியராகப் பணியாற்றி 1994-ஆம் ஆண்டு ஓய்வுப் பெற்றுள்ளார். இவர் பல சங்கத் தமிழ்ப் பாடல்கள், இராமலிங்க சுவாமிகள், சுப்ரமணிய பாரதியார், பாரதிதாசன் போன்றோரின் செய்யுள்கள் / பாடல்கள், கட்டுரைகளையும் தமிழிலிருந்து ஆங்கிலத்துக்கு மொழிபெயர்த்துள்ளார். தமிழக அரசின் 1991-ஆம் ஆண்டுக்கான பாரதிதாசன் விருது, வாழ்நாள் பாடல் / இலக்கிய சேவைக்கான 2007-ஆம் ஆண்டு சிற்பி இலக்கிய விருது ஆகிய விருதுகளைப் பெற்றுள்ளார். குழந்தைகள் இலக்கியத்துக்காகவும், மொழிபெயர்ப்பாகவும் தேசிய அளவில் இலக்கியச் சேவைக்காக வழங்கிக் கவுரவிக்கப்படும் சாகித்ய அக்காடமி விருதுகளைப் பெற்றுள்ளார். முத்தொள்ளாயிரம் இவர் மொழிபெயர்ப்பில் Red Lilies and Frightened Birds ஆக

முகிழ்த்திருக்கிறது. இவர் உலகப் புகழ்பெற்ற ஆங்கிலக் கவிஞர் T.S. எலியட்டுக்கு இணையாகப் பேசப்படுகிறவர். ஆங்கில அறிவாற்றல் மிகுந்த இவர் தமிழ் இலக்கண, இலக்கியங்களில் மிக்க புலமைவாய்ந்தவரும் கூட. இவரின் பாடல்களில் பிறமொழிச் சொல் ஒன்றைக் கூட காண முடியாது.

அகம் - புறம் என இரு வேறுபட்ட கருத்துக்களில் காலம், இடம், மொழி, பண்பாடுகளையும் கடந்து வாழ்கின்ற அகப்பாடல்கள் பல்வேறு சூழ்நிலைகளில் அன்பை - காமத்தை மையமாகக் கொண்டவை - குடும்ப வாழ்வில் தலைவன் தலைவி இணைதல் - பிரிதல் பற்றியவை. புறப்பாடல்கள் அரசர்கள், தலைவர்களின் போர், போர்க்கள முறைகள் பற்றியவை மற்றும் பிற உலகியல் வாழ்வைப் பற்றியவை.

இவரின் பாடுகிறேன் நூல் முதல் தொகுப்பாக (1973-இல்) வெளிவந்தது. தேடுகிறேன் இதுவரை பதினாறு தொகுப்புகளில் வெளிவந்துள்ளது. ஆந்தைப்பாட்டு, அடிச்சுவடுகள், வேப்பங்கனிகள், கள்ளும் மொந்தையும், இயற்கையாற்றுப்படை, மயக்குறு மக்கள், அகமும் புறமும், பின்னிருந்து ஒரு குரல், பனிப்பாறை நுனிகள், புயற்பாட்டு, பாட்டெனும் வாள் எடுப்பாய் போன்றவை வெளிவந்த நூற்களில் சில.

ஆங்கில மொழிமாற்றம் செய்த சங்கப்பாடல்களின் (அகநானூறு, புறநானூறு, குறுந்தொகை, நற்றிணை, தொல்காப்பியம்) தொகுப்பான *Hues and Harmonies from An Ancient Land* கல்வியாளர்களிடையே மிகுந்த வரவேற்பைப் பெற்றுள்ளது. *Songs of Grace* (இராமலிங்க அடிகள் அருளிய திருவருட்பாவின் தெரிந்தெடுக்கப்பட்டு ஆங்கில மொழியாக்கம் செய்யப்பட்ட சில பாடல்கள்) பாரதிதாசனின் இருண்ட வீடு (*House of Darkness*), *Meadow Flowers* இவருடைய ஆங்கிலப் புலமைக்குச் சிறந்த எடுத்துக்காட்டாகும். உருசிய மொழிப்பாடல்கள் பலவும் கூட தமிழில் மொழியாக்கம் செய்தது குறிப்பிடத்தக்கது. தான் பரப்பும் கருத்துக்களுக்கேற்றபடி வாழ்ந்து காட்டும் இப்பாவலரைப் பல்வேறு இலக்கியக் கழகங்களும், தொண்டு நிறுவனங்களும் பாராட்டியது குறிப்பிடத்தக்கது. சங்க இலக்கியப் பாடல்களின் ஆங்கில மொழியாக்கமான *Love Stands Alone*, இப்பெரியாருக்கு இறவாப் புகழைத் தேடித் தந்தது. சோளக்காட்டுப் பொம்மை எனும் நூல் 152 பக்கங்களில் 104 அழகிய பாடல்களைக் கொண்டது.

முன் பருவக் கல்வியிலிருந்து (Pre - KG) தொடங்கும் ஆங்கில வழிக்கல்வி குழந்தைகளைத் தாய்மொழியிலிருந்தும், பண்பாட்டிலிருந்தும் பிரித்து விடுகிறது. இந்நிலையில் அவர்களின் வளர்ச்சிக்குரிய வேர் வெட்டப்பட்டு ஒரு செயற்கையான சூழ்நிலையில் ஒரு நோக்கமுமின்றி மிதக்க விடப்படுகிறார்கள். ஆங்கில மொழி நமக்கு ஒரு சிறந்த வரப்பிரசாதம். ஆனாலும் ஆங்கிலவழிக் கல்வி என்பது உயர் கல்வியில் கூட (Higher education) மிகப்பெரிய சாபம் ஆகும் என்பது இவருடைய கருத்தாகும். பின்னிருந்து ஒரு குரல் தற்கால சமுதாயத்தைப் பற்றிய ஒரு திறனாய்வு எனலாம். வாழ்வின் இனிய குறிக்கோள் உலக இச்சைகளின் பிடியில் சிக்கித் தவிக்கும் மனித இனத்தைக் காப்பதுவே என்பதை T.S.எலியட் தன் நூலான The Waste Land – மூலம் தெரிவிக்கிறார். பேராசிரியர் ம.இலெ. தங்கப்பா அவர்களின் பாடல்களும் நம் அறியாமைகளை, முட்டாள்தனங்களை நாமே உணரச் செய்கின்றனவாக உள்ளன.

இப்பெரியாரின் தமிழ்த் தொண்டைப் பாராட்டுவது நம் ஒவ்வொருவரின் கடமையும் ஆகும். இவரின் படைப்புகள் எல்லாம் நம் தமிழ் அன்னையின் அணிகலன்களாய் அறியப்படட்டும். அவரின் புகழ் சிறக்க வாழ்த்துவோம்! தமிழை ஏத்துவோம். வாழ்க தமிழ்! வளர்க தங்கப்பா அவர்களின் தமிழ்த் தொண்டு!!

★

-ம.அருள்குமார்
ஆய்வக நுட்பநர்
குறும்பலாப்பேரி
14.08.2013

காலத்தின் கண்ணாடி
ம. இலெனின் தங்கப்பா

- இளமாறன். s

பரிசு, பட்டம், விருதுகளுக்காக அலைந்து, அதற்காகவே தம் எழுதுகோலைத் திறப்பவர் உண்டு. அவற்றைப் பெறுவதற்காக வீட்டுப் படிகளில் தவம் கிடப்போரும், பரிந்துரைகளுக்குப் பல்லக்குத் தூக்குகின்ற புகழ் விரும்பிகளும் மலிந்து கிடக்கும் இக்காலத்தில் அரசு அளித்த விருதினைத் திருப்பி அரசிடமே அளித்தவர்களும் இருக்கத்தான் செய்கின்றனர்.

ஆம்; பேராசிரியர் ம. இலெ. தங்கப்பா அவர்களுக்குப் புதுவை அரசு 2001இல் இலக்கியத் துறைக்காக அவர் ஆற்றிய தொண்டினைப் பாராட்டி 'கலைமாமணி' விருது வழங்கியது. அரசு, தமிழ் ஆட்சிமொழிச் சட்டத்தை அலட்சியப்படுத்திவிட்டு, தமிழின் பெயரால் பட்டங்களும் விருதுகளும் வழங்குவதைக் கண்டித்து, ஒரு கால எல்லையை வரையறுத்து அதற்குள் தமிழ் ஆட்சிமொழிச் சட்டத்தை முழுமையாக நிறைவேற்றவில்லையெனில், வழங்கிய விருதுகளைத் திருப்பி அளிப்போம் என அறைகூவல் விடுத்து, அவ்வாறே பெற்ற விருதினை மேள முழக்கத்தோடு சென்று அரசிடமே திருப்பியளித்தவர்களில் ஒருவர்தாம் பேராசிரியர் ம. இலெ. தங்கப்பா.

தன்னல நோக்கின்றித் தமிழ்நல நோக்கொன்றே குறிக்கோளாகக் கொண்டு அதற்காகத் தம் வாழ்க்கைப் பயணத்தைக் கொடையாக்கிக் கொண்டிருப்பவர்; பார்ப்பதற்கு அமைதியானவராக, ஆரவாரமற்றவராகக் காட்சியளிக்கும் இவருடைய உள்ளம் போர்க்களச் சீற்றம் உடையது என்பதை இவருடைய கவிதைகளில்

காணலாம். 'கெடல் எங்கே தமிழின் நலம் அங்கெல்லாம் தலையிட்டுக் கிளர்ச்சி செய்க' என்னும் பாவேந்தரின் கொள்கை முழக்கத்திற்கேற்ப, தமிழ்ப் போராட்டக் களங்களில் முன்னின்று செயற்படுபவர். புதுவைத் தமிழ் வளர்ச்சி நடவடிக்கைக் குழுவின் தலைவரான இவர், புதுவை மாநிலத்தின் மூலை முடுக்குகளுக்கெல்லாம் சென்று, தமிழ்மொழி, தமிழ்இன உணர்வை ஊட்டித் தமிழர்களை ஒன்றிணைத்து விழிப்படையச் செய்து வருபவர்.

நெல்லை மாவட்டம், தென்காசி வட்டம் , குறும்பலாப்பேரி என்னும் ஊரில் 08.03.1934இல் புலவர் ஆ. மதன பாண்டியன் - இரத்தினமணி இணையருக்குப் பிறந்த இவர், இளங்கலைப் பட்டத்திற்குப் பொருளியல் பயின்றவர். முதுகலைப் பட்டத்திற்குத் தமிழ் பயின்றவர். உயர்நிலைப் பள்ளி ஆசிரியராக 14 ஆண்டுகளும், கல்லூரித் தமிழ் விரிவுரையாளராக 26 ஆண்டுகளும் பணியாற்றி பணி நிறைவு செய்தவர்.

ம.இலெ. தங்கப்பா தாம் ஏற்றுக் கொண்ட ஆசிரியர் பணியைத் திறம்படச் செய்ததுடன், நாற்பதற்கும் மேற்பட்ட நூல்களைத் தமிழிலும், ஆங்கிலத்திலுமாகத் தந்துள்ளார். குழந்தைகளை நல்வழிப்படுத்தும் ஆசிரியராக, இயற்கை நேசிக்கும் நேயராக, சிறந்த மொழிபெயர்ப்பாளராக, கட்டுரையாளராக, கவிதையாளராக, ஓவியராக, தமிழ்த் தொண்டில் களப்பணியாளராகத் திகழும் இவருடைய படைப்புகள் ஆய்வு மாணவர்களுக்கு அருங்கொடையாக அமைந்திருப்பது குறிப்பிடத்தக்கது. கவிஞன் காலத்தின் கண்ணாடி என்பர். இவருடைய கவிதைகள் யாவும் இதனை மெய்ப்பிக்கின்றன. எளிமையைப் போற்றுவதிலும், கொள்கை வழி நிற்பதிலும் உறுதியான இவர், குழந்தை உள்ளமும் வாய்க்கப் பெற்றவர். இவர் எழுதிய குழந்தைப் பாடல்கள் உயிரோட்டம் நிறைந்தவை. சிறுவர்களின் மன உணர்வு புரிந்து எழுதப்பட்டவை. இயற்கை ஈடுபாட்டை வளர்ப்பவை. 'எங்கள் வீட்டுச் சேய்கள், மழலைப் பூக்கள், இயற்கையிலிருந்து' ஆகிய குழந்தைகட்கான பாடல் நூல்களும், 'பாடுகிறேன், தேடுகிறேன், ஆந்தைப்பாட்டு, அடிச்சுவடுகள், புயற்பாட்டு, வேப்பங்கனிகள், கள்ளும் மொந்தையும், பின்னாலிருந்து ஒரு குரல், பனிப்பாறை நுனிகள், மயக்குறுமக்கள்' ஆகிய கவிதை நூல்களையும் படைத்துள்ளவர். 'நுண்மையை நோக்கி, பாரதிதாசன் உலகப் பாவலர், பாட்டு

வாழ்க்கை, எது வாழ்க்கை, திருக்குறளும் வாழ்வியலும், வாழ்க்கை அறிவியல்' ஆகிய கட்டுரை நூல்களும் படைத்துள்ளவர்.

தமிழிலிருந்து ஆங்கிலத்திலும், ஆங்கிலத்திலிருந்து தமிழிலும் பல பாடல்களை மொழியாக்கம் செய்துள்ளார். தமிழின் சங்க இலக்கியப் பாடல்கள் பலவற்றை மொழி பெயர்த்து, 'Hues & Har Monies from an Ancient Land' என்னும் பெயரிலும், திருவருட்பாப் பாடல்களை 'Songs of Grace' என்னும் பெயரிலும் பாவேந்தர் பாரதிதாசன் பாடல்களை 'Selected poems of Bharathidasan, House of Darkness (இருண்ட வீடு)' என்னும் பெயர்களிலும் தந்துள்ளார். இவை யாவும் உலகத்தரம் வாய்ந்த மொழி பெயர்ப்புகளாகக் கருதுகின்றனர் அறிஞர்கள். முத்தொள்ளாயிரம் பாடல்கள் பலவற்றை ஆங்கிலத்தில் மொழி பெயர்த்துள்ளார்.

சிறந்த மரபுக் கவிஞரான இவர், மறந்தும் பிறமொழி கலவாத் தனித்தமிழ்ப் பற்றாளர். இவர்தம் துணைவியார் தடங்கண்ணி (விசாலாட்சி) அவர்கள் தேசிய நல்லாசிரியர் விருதுபெற்ற உயர்நிலைப் பள்ளித் தலைமை ஆசிரியையாய்ப் பணி நிறைவு பெற்றவர். தங்கப்பாவுடன் இணைந்து தமிழ் மொழிக்காகப் பல போராட்டங்களில் ஈடுபட்டுச் சிறை சென்றவர். இவர்தம் பிள்ளைகளுக்குச் 'செங்கதிர், இளம்பிறை, விண்மீன், மின்னல்' என்னும் தமிழ்ப் பெயரிட்டிருப்பதுடன் இவருடைய இயற்கை ஈடுபாடும் அப்பெயர்களில் பதிந்துள்ளார். இவருடைய மகள் 'மின்னல்' சிறந்த பரத நாட்டியக் கலைஞர் என்பது குறிப்பிடத்தக்கது.

தமிழ்மொழிக்கும், தமிழ் இன மேம்பாட்டிற்கும் தொடர்ந்து தொண்டாற்றிவரும் இவரைப் பாராட்டித் தமிழக அரசு 1991இல் 'பாவேந்தர் விருது' வழங்கிச் சிறப்பித்துள்ளது. திருச்சிப் பல்கலைக் கழகத்தின் பாரதிதாசன் பாடல் மொழிபெயர்ப்பு விருதும் (1997), பகுத்தறிவியக்கத்தினரின் பெரியார் விருதும் (1997), தமிழ்த் தேசியச் செம்மல் விருதும் (2002) பெற்ற இவர், தமிழ் வணிகச் சந்தையில் நுழைந்து விளம்பரம் தேடிக் கொள்ளாதவர். ஆனால், தமிழ் இலக்கிய வரலாற்றில் பதியப்பட்டவர்.

முகம் இதழ், பொங்கல் மலர். சனவரி 2006

★

ம.இலெ.தங்கப்பா –
நினைவுத் தெறிப்புகள்

- ந.மு.தமிழ்மணி
பொதுச் செயலாளர்,
தமிழர் தேசிய முன்னணி

என் உயர்நிலைப் பள்ளிப் பருவத் தொடக்கக் காலத்தில் நான் தென்மொழி என்கிற தூய தமிழ் கலை இலக்கியத் திங்களிதழை அறிந்து கொண்டேன். அதன் பழைய இதழ்களில் ம.இலெனின் தங்கப்பா என்பவர் எழுதிய வீறார்ந்த பாடல்களை எனக்குச் சுட்டிக்காட்டிய புதுச்சேரி மாநிலத் தனித்தமிழ் முன்னோடிகள் அவர் புதுச்சேரியில் வசிப்பதாகவும், தாகூர் கலைக் கல்லூரியில் பேராசிரியராகப் பணி புரிவதாகவும் கூறியிருந்தனர். புதுச்சேரி சிவன் கோயில் அரங்கில் தமிழ்க் கழகம் என்ற அமைப்பு ஒழுங்கு செய்திருந்த நிகழ்வொன்றில் பங்கேற்க தென்மொழி இதழாசிரியரான பாவலரேறு பெருஞ்சித்திரனார் வந்திருந்தார். அன்றுதான் நான் அவரை முதன்முதலில் கண்டு, அவருடைய உரையைக் கேட்கும் வாய்ப்பைப் பெற்றேன். அந்நிகழ்வுக்கு தங்கப்பாவின் மனைவியும், பிள்ளைகளும் வந்திருந்து, பாவலரேறு அவர்களிடம் உரையாடினர். தங்கப்பா அந்நிகழ்ச்சிக்கு வரவில்லை. சில காரணங்களால், அவர் தென்மொழி இதழிலிருந்து விலகியிருப்பதாகக் கேள்விப்பட்டேன். அதன்பிறகு, நடந்த பல்வேறு இலக்கிய நிகழ்வுகள் வழி அவரோடு அறிமுகம் ஏற்பட்டது. அவர் தென்மொழி இதழிலிருந்து விலகியபோதும், முழு தனித்தமிழ்ச் செயற்பாட்டாளராகவே இருந்து வந்தார். நான் அவர் பணி செய்த தாகூர் கலைக்கல்லூரியில் புகுமுக வகுப்பில் சேர்ந்தபோது, அறிமுகம், நெருக்கமான ஒன்றாயிற்று. இலாசுப்பேட்டை என்ற பகுதியில் இருந்த தாகூர்

கலைக்கல்லூரி மேடான இடத்தில் அமைந்திருந்தது. பெரும்பாலும் மிதிவண்டியில் அப்பாதையில் செல்லும் மாணவரும், ஆசிரியரும், சிறிது தொலைவிலேயே இறங்கிக் கொண்டு, தள்ளிக் கொண்டே மேடான சாலை வழிச் செல்வதே வழக்கம். நானும் என் நண்பர் அருட்செல்வமும் மிதிவண்டியில் இருந்து இறங்காமல், அம்மேட்டுப் பாதையில் ஓட்டிக் கொண்டே போவோம். நாளடைவில் இப்பயணத்தில் எங்களோடு தங்கப்பாவும் இணைந்து கொண்டார். குள்ளமான அவர் ஒருவகையான திறமையோடு, காலை உதறி, உதறி மிதிவண்டியை அம்மேட்டுப் பாதையில் செலுத்திக் கொண்டு வருவார். நாங்கள் மூவரும் அப்பாதையில் செல்லும் போது, பிற மாணவர்கள் ஒலி எழுப்பிக் குரல் கொடுப்பர்.

கல்லூரிக்குச் சற்றுத் தொலைவில் புதியதாக உருவான ஔவைநகர் என்ற பகுதியில் அவர் வீடு கட்டிக் குடியேறினார். அவர் வீட்டுக்குச் செல்வதானால், மிதி வண்டியைச் சாலையில் நிறுத்திவிட்டு, காலணியைக் கையில் தூக்கிக் கொண்டு, பாதம் புதைபட மணலில் நடந்து சென்றாக வேண்டும். அவர் மிகப் பெரிய நூலகம் ஒன்றை வைத்திருந்தார். அதிலுள்ள இலக்கிய நூல்களை எடுத்துக்காட்டி, அவற்றை அறிமுகம் செய்து, அவற்றின் உள்ளடக்கத்தை எடுத்துச் சொல்வார். அவர் ஆங்கிலத்திலும் தேர்ச்சி பெற்ற புலமை மிக்கவர் என்றாலும், அவர் பேச்சில் ஆங்கிலமோ, பிற மொழிகளோ கலவாமல் தூய தனித்தமிழில் எளிமையாக, இனிமையாக உரையாடக் கூடியவராக இருந்தார். அவர் எனக்குத் தமிழாசிரியராக இல்லாதபோதும், அடுத்த வகுப்பில், அது உயர் வகுப்பான போதிலும்கூட, ஐயா பாடம் நடத்துகிறார் என்றறிந்து, அவ்வகுப்புக்குப் போய் நான் பாடம் கேட்பதுண்டு. நிறைய மாணவர்கள் தூங்கிக் கொண்டிருப்பார்கள். சிலர் எழுந்து வெளியேறி விடுவார்கள். இதுபற்றி எதுவும் கவலைப்படாமல், ஆற்றொழுக்கான நடையில் அவர் அழகாகப் பாடத்தைச் சொல்லிக் கொண்டிருப்பார். அந்தப் பாடத்திட்டத்தோடு தொடர்புடைய பல்வேறு செய்திகளைப் பல்வேறு நூல்களில் இருந்து எடுத்துக்காட்டி, அவர் விளக்குவது மிகச் சிறப்பாக இருக்கும். அவர் பாடம் நடத்த நடத்த, நாம் குறிப்புகளை எடுத்துக் கொண்டே இருக்கலாம்.

மாணவர்களை மிதிவண்டிகளில் வரச்செய்து, ஒரு குழுவாக சற்றுத் தொலைவிலுள்ள இடங்களுக்குச் சுற்றுலாவாக அழைத்துச் செல்வார். வழியிலும், காணும் இடங்களிலும் உள்ள செடி, கொடி,

மரங்களைப் பற்றிய பல்வேறு செய்திகளைச் சொல்லிக் கொண்டு வருவார். அப்பயணங்களில் ஒன்றாக, புத்துப்பட்டு காட்டுப் பகுதிக்குச் சென்று வந்தது நினைவிலாடுகிறது. பேருந்தின் மூலம் சிதம்பரம், பிச்சாவரம், பூம்புகார் ஆகிய இடங்களுக்கும் மாணவ, மாணவியரை அவர் சுற்றுலாவாக அழைத்துச் சென்றார். அப்போது, மாணவர்களோடு தானும் கலந்து கொண்டு கூத்தும் கும்மாளமுமாக அச்சுற்றுலாவை மகிழ் சுற்றுலாவாக மாற்றிக் காட்டினார். இயற்கையின் மீது பெரும் ஈடுபாடு கொண்டவர். இயற்கைக் கழகம் என்ற அமைப்பிலும் பணி செய்தார். அவர் அணிகிற சட்டைகளில் சுற்றுச்சூழல் முழக்கங்களை எழுதி வைத்திருப்பார். பொது நிகழ்ச்சிகளுக்கும் அப்படியான சட்டைகளையே அணிந்து வருவார். சுற்றுச்சூழல் சீர்கேட்டைக் கண்டித்து நடக்கின்ற போராட்டங்களில் ஆர்வத்துடன் பங்கேற்று முழக்கமிடுவார். இலக்கிய நிகழ்வுகளிலும், இத்தகையப் போராட்டங்களிலும் தொடர்ந்த எங்களின் பழக்கம், 1983ஆம் ஆண்டில் கறுப்பு யூலை என்ற ஈழ இன அழிப்பின் போதிலிருந்து மிகவும் நெருக்கமான ஒன்றாக மாறியது. ஈழம் தொடர்பான பல்வேறு நிலைப்பாடுகளில் நான் பங்கேற்று வந்தவன் என்பதால், அச்செய்திகளை என் மூலம் அறிந்து கொள்வதில் அவர் பெரிதும் ஆர்வம் காட்டுவார். ஆங்கில இதழ்களில் வந்துள்ள செய்திகளைப் படித்துப் பகிர்ந்து கொள்வார்.

நான் அமைப்பாளராகப் பொறுப்பேற்று நடத்தி வந்த செந்தமிழர் இயக்கம் என்ற அமைப்பு நடத்திய அனைத்துப் போராட்டங்களிலும் அவர் தவறாமல் கலந்து கொண்டார். நானறிய, தமிழர் தேசிய இயக்கம், ஈழ மக்கள் ஆதரவு கூட்டமைப்பு, தனித்தமிழ்க் கழகம், தமிழ்ப் பாதுகாப்பு இயக்கம், தமிழர் தேசிய முன்னணி ஆகிய நான் பொறுப்பு வகித்த அமைப்புகள் நடத்திய அத்தனைப் போராட்டங்களிலும் அவர் கலந்து கொள்ளாமல் இருந்ததில்லை. ஓர் அரசு ஊழியராக இருந்தபோதிலும் கூட, எவ்வகை அச்சமுமின்றி, அவர் அப்போராட்டங்களில் எழுச்சியுடன் பங்கேற்றார். வெளியூர்களில் நடக்கும் போராட்டங்களில் நாங்கள் பங்கேற்கத் திட்டமிடும்போது, யார் யார் கலந்து கொள்வது என்ற பட்டியலில் ஐயாவின் பெயர் தவறாமல் இடம் பெற்று விடும். எப்போதும் அமைதியான குரலில் அதிராமல் பேசும் ஐயா, ஈழம் தொடர்பான போராட்டங்களில் கடும் சினத்தோடு உணர்வு பொங்கப் பேசுவார். உள்ளத்தில் இருப்பதை மறைக்க முடியாதபடி

அவரின் சொற்கள் வெளிக்கொட்டுவதை நாங்கள் வியப்புடன் பார்த்துக் கொண்டிருப்போம்.

இலக்கணச்சுடர் இரா.திருமுருகனார் அவர்களின் தலைமையில் தமிழன்பர் தமிழ்ப்பணி அறக்கட்டளை என்ற அமைப்பின் கீழ் செயல்பாட்டாளர். தமிழ் வளர்ச்சி நடவடிக்கைக் குழு என்ற அமைப்பின் கீழ் திருமுருகனார் நடத்திய தமிழ் நடைபயணத்தில் அவர் பல நாட்கள் புதுச்சேரிப் பகுதிகளில் கொள்கைப் பரப்புரை செய்தபடி நடந்தார். திருமுருகனார் ஆசிரியராகப் பொறுப்பேற்று நடத்திய தெளிதமிழ் என்ற இதழை அவர்க்குப்பின் ஐயா ஆசிரியராகப் பொறுப்பேற்று நடத்தினார். திருமுருகனார் நடத்திய மாணவர்களுக்கான தமிழ் இலக்கணத் தேர்வுப் போட்டிகளை ஆர்வமுடன் பங்கேற்று வழி நடத்தினார்.

தமிழ் வழிக் கல்வி, அதிலும் விளையாட்டு வழிக் கல்வி என்பதில் அவர் மிகுந்த நாட்டம் கொண்டிருந்தார். தமிழ் மண்ணின் மாணவர்கள் தமிழில் படிக்க முடியாத வேதனையை அவர் எப்போதும் வெளிக்காட்டிப் பேசுவார். மாணவர்க்குத் தமிழ் வழியில் கற்பிக்க நாம் ஒரு பள்ளியைத் தொடங்கலாம் என்று திட்டமிடுவதற்கான கலந்தாய்வுக் கூட்டத்தில் கலந்து கொண்டு, அப்படியான பள்ளியின் தேவையை வலியுறுத்திப் பேசி, சற்றுத் தயக்கம் காட்டியவர்களையும் இணங்க வைத்தார். அதற்காக உருவாக்கப்பட்ட செந்தமிழ் அறக்கட்டளை என்ற அமைப்பின் தலைவராகப் பொறுப்பேற்றார். நான் அவ்வமைப்பின் செயலாளராகப் பணியாற்றினேன். பள்ளிக்கான இடத்தை நன்கொடையாக அளித்தவரின் தந்தையார் பெயரில் பெரியவர் ந.சாமிநாதன் நினைவுப்பள்ளி என்ற பெயரில் அரும்பு, மொட்டு, மலர் தொடங்கி ஐந்தாம் வகுப்பு வரை அப்பள்ளியில் மாணவ, மாணவியர், விளையாட்டு வழியில், தமிழ் வழியாக செய்முறைக் கல்வியைக் கற்றனர். அரசு மேநிலைப்பள்ளி ஒன்றின் முதல்வராகப் பணியாற்றி ஓய்வு பெற்ற ஐயாவின் மனைவியான தடங்கண்ணி தங்கப்பா அவர்கள் இப்பள்ளியின் தலைமை ஆசிரியராக, ஊதியமின்றிப் பணியாற்றினார். சொந்தக் கட்டடத்தில் இயங்கியபோதும், சுற்றுப் பகுதிகளில் இருந்த அரசுப் பள்ளிகளில் ஆங்கில வழிப் பாடமும், இலவசப் பொருட்கள் தருகிற பழக்கமும் கொண்டு வரப்பட்டபோது, அவற்றிற்கு ஈடுதர இயலாமல் அப்பள்ளி மூடப்பட்டது. என்னைச் சந்திக்கும் போதெல்லாம், அந்த வருத்தத்தை அவர் என்னோடு பகிர்ந்து கொள்வார்.

மாவீரன் பழ.நெடுமாறன் அவர்கள் தமிழர் தேசிய முன்னணி என்ற அரசியல் கட்சியைப் பதிவு செய்தபோது, அக்கட்சியின் புதுச்சேரி மாநிலத் தலைவராக அவர் பொறுப்பேற்றுக் கொண்டார். அக்கட்சியின் செயற்குழுக் கூட்டங்கள் அவரின் இல்லத்தில்தான் நடைபெறும். அங்கு உரையாடும்போது, பல்வேறு கட்சித் தலைவர்களின் நடவடிக்கைகளும், திறனாய்வு செய்யப்படும். ஐயா கிண்டல்காரன் (அ) கிண்டல்பித்தன் என்ற தன்னுடைய புனைப்பெயருக்கேற்ப, அவர்களைக் கிண்டல் செய்து பேசுவார். அப்போது நாங்கள் நீங்களும் ஒரு கட்சித்தலைவர்தாம் என்று சுட்டிக் காட்டும்போது, மனம் விட்டுச் சிரிப்பார்.

ஆகச் சிறந்த நூல்களின் ஆசிரியரான ஐயா, அந்நூல்களை வெளியிட விழா ஏதும் பெரிதும் நடத்துவதில்லை. அவரின் இரண்டு நூல்களின் வெளியீட்டு விழாக்கள் மட்டுமே என் நினைவிலுள்ளன. அவற்றிலும் "சோளக் கொல்லைப் பொம்மை" என்ற சிறுவர் நூலுக்கான விழாவை மட்டும் பெரியதொரு அரங்கில் சிறுவர் கலை நிகழ்ச்சிகளோடு, பெரிய அளவில் நடத்தினார். விழாவில் கலந்து கொண்டவர்களுக்கு, கடலை மிட்டாய், கமர்கட்டு, வாழைப்பழம், சுக்குநீர் போன்றவற்றை அருந்தத் தந்தார். அந்த நூல் பின்னாளில் இந்திய இலக்கியக் கழகத்தின் (சாகித்திய அகாதெமி) விருதைப் பெற்றது.

ஐயா கலை நாட்டம் மிக்கவர். இயல், இசை, நாட்டியம் ஆகிய மூன்றிலும் ஆர்வமிக்கவர். அதனாலேயே இறுதிக்காலங்களில் தன் மகளான மின்னலையும், பேத்தியான இளவேனிலையும் நாட்டியம் கற்றுக் கொள்ள வைத்தார். தன் பேரனை இசைக்கருவியை இசைக்க ஊக்கப்படுத்தினார். இன்றைக்கு அவருடைய பேரன் அறுமுகனம் என்ற இசைக்கருவியை இசைப்பதில் வெற்றிக்கொடி நாட்டிக் கொண்டிருக்கிறான். பேத்தி நட்டியத்தில் ஒளி விடுகின்றாள். தன் பேத்தியின் விருப்பத்திற்கிணங்கத் தாடி வளர்த்துக் கெண்டார். அவருக்கு நெருக்கமானவரான திருமுருகனார் ஓர் இசைத்தமிழ் அறிஞர். அவர் ஒருமுறை பாடியபோது, அவர் பாடி முடித்தபின் தங்கப்பா 'எனக்கு மட்டும் திருமுருகனாரைப் போலப் பாடற் பயிற்சி இருக்குமானால், நான் ஒரு பித்தனைப் போல் பாடிக் கொண்டே எங்கும் திரிந்து கொண்டிருப்பேன்' என்று மனம் நெகிழ்ந்து கூறினார். புதுச்சேரியில் நடக்கும் நாட்டிய அரங்கேற்ற நிகழ்வுகளுக்கு அவரின் வருகை தவறாது. அதேபோல் கையிலொரு

தாளை எடுத்து அதை பலப்படியாக மடித்து, பொம்மையாக உருமாற்றி விடுவார். வீட்டில் கிடைக்கும் தேவையற்ற பொருட்களைக் கலைப்பொருட்களாக மாற்றி, வீட்டுச் சுவர்களில் தொங்க விட்டிருப்பார். அவர் வரைந்த ஓவியங்களையும் நான் பார்த்திருக்கிறேன். அவர் சமையல் கலையிலும் வல்லவர். அவர் ஓய்வு பெற்றபின் அவரின் மனைவியும், மகளும் காலை உணவை முடித்துக் கொண்டு பணிக்குக் கிளம்பும்போது, ஐயாவிடம் 'கீரை மசியல் மட்டும் செய்து வையுங்கள், நண்பகல் நாங்கள் வந்து மற்றவற்றைச் செய்து கொள்கிறோம்' என்று கூறிவிட்டுச் செல்வார்களாம். பகல் உணவுக்கு வந்து பார்த்தால் ஐயாவே முழுச் சமையலையும் செய்து வைத்திருப்பாராம். இதற்காக அவரிடம் செல்லமாகக் கடிந்து கொண்டும், அவற்றை நம்மிடம் வாயூரச் சொல்லியும் அவர்கள் சிரிப்பார்கள். அவர் சமைத்த வாழைக்காய்ப் பொரியலைச் சுவைத்த வாய்ப்பும் எனக்குண்டு.

சாதி, சமய வேறுபாடற்ற தமிழறத்தைக் கடைப்பிடித்த ஐயா காதல் திருமணம் புரிந்தவர். சாதிக் கலப்போடு இணைந்த அவர்களின் வாழ்வு இணைபிரியா வாழ்வாக, எடுத்துக்காட்டான இல்லறமாகத் திகழ்ந்தது. அம்மா, எப்போதும் ஐயாவை 'அத்தான்!' என அன்பொழுக அழைப்பார். ஐயா, அம்மாவைத் 'தங்கம்!' என்று அழைப்பார். அம்மாவின் சொல்லுக்கு ஐயா மறுப்பேதும் தெரிவிக்க மாட்டார். செந்தமிழ் அறக்கட்டளை நடத்திய தாய்த்தமிழ் பள்ளியின் தாளாளராக நானும், தலைமையாசிரியராக அம்மாவும் பணியாற்றி வந்தோம். அந்த நடவடிக்கைகளில் நாங்கள் இருவரும் கருத்து மாறுபாடுடன் உரத்துப் பேசிக் கொள்ளும்போது ஐயா, 'தங்கம்' என்று ஓர் அதட்டல் போடுவார். அம்மா அடங்கிப் போவார். இருவருமே முதுமையில் உடலநலங்குன்றி, மருத்துவமனையில் இருந்தனர். தனித்தமிழ் அன்பரான நண்பர் உத்திராபதி அவர்கள்தான் சிறுநீரகத் துறையின் தலைமை மருத்துவராக இருந்தார். ஐயாவின் மீது அன்பும் மதிப்பும் கொண்டிருந்த அவர், ஐயாவிற்குச் சிறப்பான மருத்துவம் அளித்தார். நலம் பெற்று வீடு திரும்பிய சில நாட்களில் ஐயா காலமானார். அந்நேரத்தில் அம்மா உடல் நலங்குன்றி, உணர்வற்று இருந்தார். பிணப் பெட்டியில் உயிரற்றுப் படுத்திருந்த ஐயாவின் அருகே, கட்டிலில் உணர்வற்றுக் கிடந்த அம்மாவின் உடலைக் கிடத்தி வைத்தனர். ஐயா இறந்ததையே அவர் அறிய மாட்டார். இக்காட்சி

காண்போர் கண்களைக் குளமாக்கி வைத்தது. ஐயா தன் உடலைச் சிப்மர் மருத்துவமனைக்கு உடற்கொடை தருவதாக எழுதித் தந்திருந்தார். அதன்படி, அவருடைய உடல் ஊர்வலமாக எடுத்துச் செல்லப்பட்டுச் சிப்மரில் இறுச்சடங்கு நிகழ்த்தப்பட்டது. இந்நிகழ்வில் ஐயா பழ.நெடுமாறன் அவர்கள் கலந்து கொண்டார். வீர வணக்க வீறார்ந்த முழக்கங்களோடு அவருடைய உடல் சிப்மரில் ஒப்படைக்கப்பட்டது.

வெளியூர்களில் இருந்து அவரை நிகழ்ச்சிக்கு அழைப்போரிடம் என்னையும் அழைக்குமாறு பரிந்துரை செய்வார். பயணத்தின்போது, நீண்ட நேரம் கால்களைத் தொங்க விடுவதால், கால் வீங்கித் துன்பப்படுவார். எனவே, நிகழ்ச்சிகளுக்குப் போகும் நாங்கள் இருவரும் முன்கூட்டியே பேசி விட்டுக் கிளம்பிவிடுவோம். அதேபோல், தூக்கச் சடைவு என்ற குறைபாட்டால் அவர் தொல்லைப்பட்டார். மேடையில் உட்கார்ந்திருக்கும் போதும் கண்கள் மூடித் தூங்குவார். தேநீர் குடிப்பதில் பெருவிருப்பம் கொண்டவர். அடுத்தடுத்துக் கொடுத்தாலும் குடித்து விடுவார். இரவுப் பயணங்களின்போது இரண்டு வாழைப்பழங்களை மட்டுமே உணவாக எடுத்துக் கொள்வார்.

2016ஆம் ஆண்டில் தஞ்சாவூரில் உலகத் தமிழர் பேரமைப்பின் சார்பில் நடைபெற்ற தனித்தமிழ் இயக்க நூற்றாண்டு விழாவில் ஐயாவுக்கு ‘உலகப் பெருந்தமிழர்’ என்ற விருது ஐயா பழ.நெடுமாறன் அவர்களால் வழங்கப்பட்டது. மாநாட்டு வாயிற்படியிலிருந்து மேளதாளங்கள் முழங்க ஊர்வலமாக அழைத்து வந்து, அந்த விருதை அளித்து மகிழ்ந்தோம்.

நுண்மாண் நுழைபுலம் மிக்க அவரின் தமிழிலக்கிய, இலக்கணப் புலமையைப் பற்றியோ, மானிட நேயம் சார்ந்த அவரின் வானளாவிய கருத்துகளைப் பற்றியோ இங்கு நான் ஏதும் பதிவிடவில்லை. பேரறிஞரும், மாந்த நேயம் மிக்கவருமான ஒரு பெரியாரோடு நான் பழக நேர்ந்த என்னுடைய பெரும் பேறுகளை மட்டுமே இங்கு பதிவு செய்திருக்கிறேன்.

★

எங்கள் தங்கப்பா!

-இரா.இளமுருகன்
உழுவலன்பர்,
பைந்தமிழ்ப் பாவலர்

உறங்கிக் கிடக்கும் தமிழனின் மொழியுணர்வையும் இன உணர்வினையும் நெருப்பு வரிகளில் எடுத்து வரும் 'தென்மொழி'யில் ஐயாவின் பாவடியில் நெஞ்சைப் பறிகொடுத்தவன் நான். பாவலர்களுக்கே உரிய அறச் சீற்றத்தோடு, அல்லவை கண்டவிடத்து ஆர்த்தெழுந்து, பாட்டால் சாட்டையடி கொடுப்பார். தென்மொழி என்று வரும், என்று வருமென்று அறுபதுகளில் என்போன்றோர் தேடியலைந்த காலமது. பாவலரேறு தங்கப்பா, செவ்வேள், துரைமாலிறையன் போன்றோரின் படைப்புகளைச் சுமந்து பொலியும் தென்மொழியை வகுப்பறையில் கொண்டு வந்து கொடுத்து உரத்தக் குரலில் படிக்கச் சொல்வார் ஆசிரியர் பொன்னுசாமி.

இயற்கை, சுற்றுச்சூழல், மாந்தர் நேயம், நம்மைச் சுற்றிப் பற்றி எரியும் முறைமையற்ற செயல்கள் போன்றவற்றை எவருக்கும் அஞ்சாமல் அனல்பறக்க எள்ளல் நகையுடன் உள்ளம் கொள்ளும் வகையில் எழுதும் ஆற்றல்முன் நான் அடிமையானேன். எப்படியும் ஐயாவைப் பார்த்து விட வேண்டும் என்ற ஆவலில் வாடகைக்கு மிதி வண்டியை எடுத்துக் கொண்டு மதகடிப்பட்டுக்குக் கிளம்பினேன், ஒரு ஞாயிறன்று! அங்குள்ள உயர்நிலைப் பள்ளியில்தான் ஐயா ஆசிரியராய் இருந்தார். அந்தப் பள்ளி வளாகத்திலேயே அவர் வீடும் இருந்தது. நான் சென்றபோது ஐயா தென்மொழி அலுவலகம் சென்றிருந்தார். அப்போதெல்லாம் தென்மொழி கடலூரிலிருந்து வந்து கொண்டிருந்தது. எனக்கு

முன்னர் அங்கே இலக்கணச் சுடர் திருமுருகன் ஐயா காத்திருந்தார். அவருடன் உரையாடியபடி காத்திருந்தேன். நீண்ட நேரமாகியும் தங்கப்பா ஐயா வீடு திரும்பாததால் அங்கிருந்து விடைபெற்றேன்.

அடுத்த ஞாயிறன்று சென்று ஐயாவைப் பிடித்து விட்டேன். முகத்தின் பெரும் பகுதியை அடர்த்தியான வளைந்த மீசை நிறைத்துக் கொண்டிருக்க உருளும் விழியில் திரளும் அன்பொழுக "என்னங்க தம்பி..." என்றார் . என்னென்னவோ கேட்க விரும்பி, எப்படி எப்படி எல்லாமோ பேச வேண்டுமென மனத்தில் ஒத்திகை பார்த்துச் சென்றவன், ஒன்றும் தோன்றாமல் வறியோன் கண்ட புதைபொருள் போல மகிழ்ச்சி ,வியப்பு மேலிட, மிரள மிரள பார்த்தபடி விழித்துக் கொண்டிருந்தேன். ஓரிரு நிமிடங்கள் உருண்டோடின. சொற்கள் ஒத்துழைக்காததால் குளறியபடி, "வணக்கம் ஐயா!" என்றேன். அதன்பின் அடிக்கடி சென்று அவருடன் நெருக்கத்தை உருவாக்கிக் கொண்டேன்.

நான் "தமிழ் வளர்ச்சி நடவடிக்கைக் குழு"வின் செயலரானபின், திங்கள்தோறும் வள்ளுவர் மேனிலைப்பள்ளியில் இலக்கண, இலக்கியக் கருத்தரங்கம் நடத்துதல், ஆண்டுக்கொருமுறை பத்தாம் வகுப்பு மாணவர்களுக்கு இலக்கணத் தேர்வு, இசைத் தேர்வு நடத்துதல், தமிழ் உரிமை மாநாடு நடத்துதல், பரிசளிப்பு விழா எடுத்தல், தெருமுனை பரப்புரை, மறியற்போர், பள்ளிகளில் இலக்கிய மன்றங்களில் சென்று உரையாற்றுதல் போன்ற பணிகளில் துணைத்தலைவர்களாகிய இவருடனும் இறைவிழியனாருடனும் இணைந்து பணிகளை மேற்கொள்ளும்போது எங்களுக்குள் தந்தை-மகன் உறவு தழைக்கத் தொடங்கியது.

தமிழர் தேசிய முன்னணியின் மாநாடு மதுரை தமுக்கத்தில் நடந்தபோது, புதுவையிலிருந்து தலைவர் (தங்கப்பா), துணைத் தலைவர்கள் (துரைமாலிறையன், பராங்குசம்), பொதுச்செயலர் (ந.செ.தமிழ்மணி), புதுவைச் செயலர் (இளமுருகன்), திருநாவுக்கரசு போன்றோர் பயணமானோம். இரவு மதுரையில் தங்கியபோது தங்கப்பா ஐயாவும் நானும் உள்ளுள் உறங்கிய மனச்சுமைகளை மாறி மாறி இறக்கி வைத்துக் கொண்டிருந்தோம். மாநாட்டு இடைவெளியில் செல்லூரில் உள்ள அவரது தம்பி வீட்டுக்கு என்னை அழைத்துச் சென்று என்னை அறிமுகம் செய்து அளவளாவியதும் இன்றும் இனிக்கிறது, அந்த நேற்று.

ஒருமுறை பாவேந்தர் விழாவில் உரையாற்ற சேலத்திற்குச் சென்றோம். ஊரைச் சுற்றி வலம் வந்தபின், ஒரு தேநீர்க் கடையை அடைந்தோம். நிகழ்ச்சியை ஏற்பாடு செய்த சான்றோர் பலர் ஒக்க அமர்ந்து தங்கப்பாவின் புலமை ஆற்றலையும் வீறு மேவிய பாடலையும் சொல்லி மகிழ்ந்த வண்ணம் உரையாடல் சென்று கொண்டு இருந்தது. தென்மொழியில் "முத்தொள்ளாயிரம்" பாடலை ஆங்கிலத்தில் ஐயா மொழிபெயர்த்துக் கொண்டிருந்த காலமது. "தன் பெருமைக் கேட்டு தலை சாய்ந்து நிற்கும் தமிழ் புலவன் போல" என்ற கலித்தொகை அடிகள்தான் என் நெஞ்சில் எழுந்தன. அவர்கள் யாரும் தங்கப்பாவை நேரில் பார்த்ததில்லை என்பதை அறிந்து கொண்டேன். அவர்களிடம், "நீங்கள் இதுவரையில் போற்றிக் கொண்டிருந்த தென்மொழி தங்கப்பாவும் தெளி தமிழ் துணை ஆசிரியருமான தங்கப்பாவும் இவர்கள்தான்" என்றேன். வியப்பால் விழி விரிய அடியற்ற மரம் போல், அனைவரும் வணங்கி எழுந்தனர்.

2016-இல் முதன் முதலில் உடல்நலம் குன்றத் தொடங்கியது. இதய சிகிச்சை இராசேந்திரனிடம் (மருத்துவர்) சென்றோம். சோதித்தபின் மருந்து, மாத்திரை எழுதிக் கொடுத்தார். நலம் எட்டுணையும் கண்டிலேன். மீண்டும் பொது மருத்துவமனையில் சேர்த்தோம். நலக் குறைவால் களப்பணி நின்றதேயொழிய இதழ்களுக்கு (முதன்மொழி ,தென்மொழி ,தெளி தமிழ், சிந்தனையாளன்) கட்டுரை வரைவது தடைபடவில்லை. அவருடைய படைப்புகளை முதலில் என்னிடம் கொடுத்து உரத்தக் குரலில் படிக்கச் சொல்லி கேட்டு, அதன்பிறகே அஞ்சலில் சேர்க்கப்படும். நலம் குறைந்து படுக்கையிலிருக்கும் நிலையிலும் எனக்குப் பிறந்த நாள் வாழ்த்தெழுதி தங்கை மின்னலிடம் கொடுத்தனுப்பியதை என் சொல்வேன்!

பொது மருத்துவமனையில் அவரது மாணவர் உத்திராபதிதான் தலைமை மருத்துவர். ஐயாவை நன்கு பார்த்துக் கொண்டார். பின்பு ஐயா நலமுடன் வீடு திரும்பினார். அவரது பவள விழாவை தமிழன்பர்கள் அனைவரும் இணைந்து எளிமையான முறையில் இயற்கைச் சூழலோடு சரவணனின் ஆரண்யாவில் நடத்தினோம். அடுத்து, சாகித்ய அகாதெமியில் இருமுறை விருது பெற்றதை பாராட்டி நான் அவருக்கு ஒரு காவடிச் சிந்து பாடினேன்.

2018 மார்ச் திங்களுக்குப் பின், மீண்டும் உடல் ஒத்துழைக்க மறுத்தது. சளித் தொல்லை, மூச்சுத் திணறல் எனத் துன்பப்பட்டார். அருகிலுள்ள பிவெல் மருத்துவமனையில் சேர்க்க, 'ஸ்டட்' வைத்தார்கள். சரியாகி விட்டார் என எண்ணினோம். பின்னர் , அவருக்கு மூச்சுத் திணறல் ஏற்பட மீண்டும் பொது மருத்துவமனையில் சேர்த்தோம். மே 26-ஆம் நாளன்று ஐயாவின் திருமண நாள். அவர் காதருகில் "ஐயா!, இன்று உங்கள் திருமண நாள்" என்றேன். "ஆம். இன்றோடு ஐம்பத்தெட்டு ஆண்டுகள் ஓடி விட்டன" என்றார். அவர் மனைவிக்காக எழுதிய,

"நூறுமுறை பார்க்கின்றாள் எனை திரும்பி
நொடிக்கொருகால் வருகின்றாள் எனைநெ ருங்கி
வேறெதற்கோ வந்ததுபோல் பொய்ச்சாக்குச் சொல்லி
வேண்டுமென்றே வந்துவந்து பேசு கின்றாள்"

என்ற பாடலைச் சொன்னேன். புது மாப்பிள்ளை போல் முகத்தில் அப்படி ஒரு பூரிப்பு.

காரிக்கிழமையன்று நாங்கள் வீட்டிற்கு அழைத்து வந்தோம். வீட்டிலேயே செவிலியர்களைக் கொண்டு சிகிச்சையை மேற்கொண்டோம். குடும்பத்தாருடன் நான், வேலாயுதம் ஐயா மாறி மாறி முறைவைத்துப் பார்த்துக் கொண்டோம். பயனில்லை. புதனன்று மே 30-ஆம் நாள், ஆறாத் துயரத்தில் ஆழ்த்தி விட்டு, மீளாத் துயில் கொண்டு விட்டார். நெடுமாறன் ஐயா, மணியரசன், புதுவை முதல்வர் அரங்கசாமி போன்ற அரசியல் தலைவர்கள் துயரில் பங்கு கொண்டனர். அவர் விரும்பியபடி கண் ஒருவருக்கு அளிக்கப்பட்டது. உடலை 'சிப்மர்' மருத்துவமனைக்குச் சான்றோர் பெருமக்கள் பின்தொடர எடுத்துச் சென்று, இரங்கல் உரையாற்றியபின் வீர வணக்கம் சொல்லி ஒப்படைத்து விட்டு, நீர் மல்கும் கண்களுடன் வீடடைந்தோம்.

நாள் சில கடந்தபின் ,விவேகானந்தா உயர்நிலைப் பள்ளியில் நெடுமாறன் ஐயா தலைமையில், நினைவேந்தல் நிகழ்ச்சியில் நான் பாடிய இரங்கற்பாவின் கண்ணீர்த் துளிகள் சில...

எங்கப்பா செல்வோம் இனி?

தித்திக்கும் சொல்லால் தெளிதமிழில் திங்கடோறும்
வித்தெனவே ஊன்றி விதைத்திட்ட – முத்தமிழ்போல்
எங்கும் புகழ்மணக்கும் இப்புதுவை நல்லூரின்
தங்கமேநீ எங்குமறைந் தாய்?

பொக்கைவா யால்நீர் பொழியும் மொழியழகை
எக்களிப்பில் கேட்டுவந் தின்புற்றோம் – முக்கனியாய்த்
தந்தாய்த் தமிழைத் தனயன்எனப் பெற்றோம்
எந்தாய் மறைந்ததிங் கேன்?

முருங்கைக் கிளைப்பு முதுகில் வருட
அருகினி லோடும் அணிலும் – தெருவில்
சிறுகீரை விற்கும் சிறுமியின் கூவல்
உறுகணும் பாடுகர்யார் ஈங்கு?

எழுத்து மழைபொழிந்த ஏட்டில் விருத்தம்
பழுத்தபல வின்சுவையாய்ப் பாயும் – அழுத்தமுடன்
சொற்கள் அமைந்துளவா சொல்?என்பீர் அன்பொழுகும்
நற்சொல்லை என்றுகேட்பேன் நான்?

அல்லும் பகலும் அயரா துழைத்தென்றும்
மல்லுக்கு நிற்கும் மடையற்குச் – சொல்லால்
தெளிதமிழாய் சூடு செறிவாய் இடுவீர்
சளிஇருமல் சாய்த்ததோ சாற்று!

இருவிழியால் நாளும் இயற்கை யழகைப்
பருகிய கண்களென்றும் பார்க்க! – விருப்பாய்க்
கொடுத்தீரோ காணும் குறையுளார்க் கென்றே
படுத்தீரோ நோயில படிநது!

கொடுத்தலே வாழ்க்கை குறைகளைந்து மண்ணில்
அடுத்தவற்பால் அன்பை அளித்து – மடுத்தல்
கடலை விடப்பெரிதாய்க் காட்டிடத் தானோ
உடலையளித் தீரோ உவந்து!

அன்பை வடிக்கும்பா அச்சம் அகற்றும்பா
இன்பம் கொழிக்கும்பா எப்பொழுதும் – வென்றுண்பா
சங்கப்பா வாய்பாடும் தங்கப்பா உன் பிரிவால்
எங்கப்பா செல்வோம் இனி?

★

வாழ்க்கையைக் கூர்ந்து நோக்குங்கள்

- நேர்காணல்

(லெனின் தங்கப்பா – ஓர் அறிவர். உலகில் அறிவர்கள் இரண்டு வகையினர். 1. முதலாளிக்கு அடிமை ஊழியம் செய்வோர், 2. மக்களின் நலனுக்காக தனது அறிவைக்கொண்டு போராடுவோர். லெனின் தங்கப்பா இரண்டாவது வகையைச் சேர்ந்தவர். வயதான காலத்திலும் முதலாளிமார்களுக்கு அடிமை ஊழியம் செய்யாமல், தமிழ்த் தன்மானத்தோடு வாழ்ந்து வருபவர். இளந்தமிழர்கள் பின்பற்ற வேண்டிய ஒரு முன்னுதாரணம். ஐயா அவர்களை அவரின் எளிய இல்லத்தில் எமது ஆசிரியர் குழு கண்ட நேர்காணலைத் தங்களுக்கு அளிக்கிறோம்.)

தங்களின் சொந்த ஊர், இளமை வாழ்வு பற்றி...

தங்கப்பா : நெல்லை மாவட்டம் தென்காசிக்குச் சிறிது தொலைவு கிழக்கே இருக்கும் குறும்பலாப்பேரி என்ற சிற்றூரில் நான் பிறந்தேன். 13 அகவை வரை மண்ணோடு தொடர்புடைய, இயற்கைச் செழுமை நிறைந்த சிற்றூர் வாழ்க்கை. அதன் பின்னும் 16 அகவை வரை பொருநை ஆற்றின் கரையில் அமைந்திருந்த மற்றொரு சிற்றூர் வாழ்க்கை. இயற்கையுணர்வையும் மக்களன்பையும் வளர்த்த வாழ்க்கை சிற்றூர் வாழ்க்கையே.

தங்கள் தமிழியக்கத் தொடக்கம், அதன் வளர்ச்சி குறித்து...

தந்தையார் தமிழாசிரியர்; பகுத்தறிவு, தாய்மொழி உணர்வு மிக்கவர். இவ்விரண்டு உணர்வையும் இளமையிலே நெஞ்சில் விதைத்தவர் அவரே. அவற்றை வளர்த்தவை பெரியாரின்

எண்ணங்களும், பாரதிதாசன் பாடல்களும், 'திராவிட நாடு' இதழில் அண்ணாவின் எழுத்துகளும் ஆகும்.

பெருஞ்சித்திரனார் பற்றி...

அவர்தம் பாட்டுணர்வால் ஈர்க்கப்பட்டு அவர் தொடர்பு பெற்றேன். தமிழுணர்வில் நெய் ஊற்றி வளர்த்து அதனைத் தனித்தமிழ் உணர்வாக மாற்றியவரும் அவரே. தமிழ் சார்ந்த எண்ணங்களிலும், வாழ்வியல் பார்வையிலும் ஒத்த எண்ணங்களை அவரிடம் கண்டேன். எண்ணங்களில் தெளிவும் அவரால் கிடைத்தது. தென்மொழிப் பணியில் அவருடனும் அவர் குடும்பத்துடனும் கழிந்த நாள்கள் மகிழ்ச்சியானவை.

மாந்த வாழ்க்கைக்கு இலக்கியத்தின் தேவை குறித்து...

தூய, உயர்ந்த இலக்கியம் மாந்த வாழ்வைச் செம்மைப் படுத்தத் துணை புரிகின்றது. விழிப்புணர்வை மிகுதிப்படுத்தவும், நுண்ணுணர்வை வளர்க்கவும் இலக்கியம் உதவுகின்றது. உலகியல் வாழ்விடையே மனச்சான்று மழுங்கிப் போகாமல் செய்கின்றது. தீமைகளை எதிர்த்து நிற்கும் வன்மையினையும் இலக்கியத் தோய்வால் பெறமுடியும். மொத்தத்தில் இலக்கியம் மாந்த வாழ்வைச் செழுமைப் படுத்துகின்றது.

தற்காலக் கல்வி முறை நம்மை உயர்த்தியுள்ளதா, தாழ்த்தியுள்ளதா?

தாழ்த்தியே உள்ளது. படித்தவர் காதுகள் செவிடுபட இதனைக் கூறலாம். இந்திய நாட்டின் தற்காலக் கல்விமுறையில் கற்றவர்கள் நூற்றுக்குத் தொண்ணூற்றைந்து விழுக்காடு தன்னலவாணராகவும் வெற்று உலகியல் வாழ்க்கை வாழ்பவராகவுமே இருக்கின்றனர். இன்றைய இந்தியக் கல்விமுறை செய்தி அறிவையே வளர்க்கின்றது. மாந்தப் பண்பை வளர்க்கவில்லை. மக்களன்பை வளர்க்கவில்லை. மாந்தரிடையே நல்லுறவு வளரத் துணை புரியவில்லை. பதவிபிடிக்கும் பந்தய ஓட்டங்களில் முந்தத் தூண்டுகின்றது. பிறரைப் பற்றிய அக்கறை உணர்வு சிறிதுமில்லாத சொந்த உலகியல் முன்னேற்றத்தையே (Self–advancement) முன்னிலைப் படுத்துகின்றது. மாந்தரோடு மாந்தர் இணக்கமாக வாழவும், மாந்தரின் அகவியல்புகளை வளர்த்துக் கொள்ளவும் தற்காலக் கல்வி உதவுவதில்லை. வாழ்வின் மேம்பாட்டையும் அழகையும் மாந்தர்க்கு உணர்த்தாத வறட்டுக் கல்வி இது.

பாரதிதாசன் பற்றிய தங்களின் மதிப்பீடு...

தங்கப்பா : பாரதிதாசன் தமிழுணர்வை இளைஞர் நெஞ்சில் விதைத்தவர். பகுத்தறிவு அடிப்படையிலான சீர்திருத்த எண்ணங்களைப் பரப்பியவர். சொந்த வாழ்க்கையில் இல்லாவிட்டாலும் எழுத்துகளில் சாதி வேறுபாடுகளைக் கடிந்தவர். தமிழ்ப்பகைவரை அடையாளம் கண்டு கடுமையாகச் சாடியவர். இயற்கை அன்பையும் அழகுணர்வையும் அவர்தம் பாடல்கள் ஊட்டின. தமிழ்ப் பாட்டு உலகில் பாரதியுடன் சேர்ந்து மடமைகளைக் கடியும் புதிய மறுமலர்ச்சி ஊழியை உருவாக்கினார். உணர்ச்சியும் எழுச்சியும் மிக்க அவர் பாடல்களில் மொழி அழகும், கற்பனையும் பா நயமும் நிரம்பியிருப்பினும், அவர்தம் நெடும்பாடல்கள் – கதைப்பாடல்கள் – காப்பியங்களில் உள்ளத்தை அள்ளும் பாவிகத் தன்மையில்லாதிருப்பது பெருங்குறையே. பாரதியின் பாஞ்சாலி சபதத்தையும், பாரதிதாசனின் பாண்டியன் பரிசையும் படிப்போர் இத்தன்மையை உணரலாம். கருத்துணர்த்தலுக்கான கருவியாகவே அவர் பாட்டினைப் பயன்படுத்தினார். ஆயினும் தமிழுள்ளவரை அவர்தம் பாடல்கள் நிலைத்து நிற்கும். படிப்போர்க்குக் கருத்தெழுச்சியும் தமிழுணர்வும் ஊட்டும்.

எத்தகைய அரசியல் இன்று நமக்குத் தேவை?

பல மொழிகள் கொண்டு, மொழிவழி மாநிலங்களாகப் பிணைந்துள்ள இந்தியா மாநிலங்கட்குத் தேவையான உரிமை வழங்கி அவற்றிடையும், நடுவரசுடனும் நல்லிணக்கத்தை உருவாக்கும் ஒரு கூட்டாட்சி அரசைத் தான் கொண்டிருக்க வேண்டும். இந்தியாவுக்கேற்ற அரசமைப்பு இதுதான். இதை நடுவாகக் கொள்ளும் அரசியலே இன்று நமக்குத் தேவை. மொழி வழி மாநிலங்களை உருவாக்கிவிட்டுப் பின்பு அவற்றின் உரிமைகட்கு முரணாகச் செயல்படும் இந்தியாவின் பேரினத் தேசியம் மக்கட்குத் தீமையினையே விளைவிக்கும்.

மாநில ஆட்சியிலும் கல்வியிலும் சமய நிலையிலும் தாய்மொழியே முன்னுரிமையும் மதிப்பும் பெறுதல் வேண்டும். ஆங்கிலமும் இந்தியும் இணைப்பு மொழிகளாகவும் துணை மொழிகளாகவும் இருக்கலாம். தாய்மொழிக்குரிய இடம் எக்காரணத்தைக் கொண்டும் தாய்மொழியில்லாத வேற்றுமொழிக்கு வழங்கப்படுதல் கூடாது. அது அடிமைத் தனத்தையே உருவாக்கும்.

பன்மொழி வழங்கும் மக்களாட்சி நாட்டில் மக்களனைவரும் சரிநிகர் உரிமை உடையவராய் நடத்தப்படும் அரசியலே சரியான அரசியலாகும். அதுவே நமக்குத் தேவை.

மகாலந்தோறும் மாறிவரும் தமிழ்ப் பண்பாட்டின் அடிப்படைக் கூறாக எதைக் கருதுகிறீர்கள்?

தங்கப்பா : தமிழ் மொழியையே அவ்வாறு கருதுகிறேன். தமிழ் மொழியை நடுவாகக் கொண்டே தமிழ்ப்பண்பாடு உருவாகின்றது. பண்பாட்டில் மேலோட்டமான மாறுதல்கள் அவ்வப்பொழுது ஏற்படலாம். அடிப்படையான மொழியினின்று அவை விடுபடாதிருக்கும்வரை பண்பாடு சொந்த அடையாளம் இழந்து போகாதிருக்கும். பல்வேறு மாறுபாடுகளிடையிலும் பண்பாடு சொந்த அடையாளம் அழியாமல் பார்த்துக் கொள்வது மொழியே. மொழியைப் பேணினாலன்றிப் பண்பாட்டைக் காத்துக் கொள்ளல் இயலாது.

வாழ்க்கையின் குறிக்கோளாக இளமையில் தாங்கள் வகுத்துக் கொண்டதென்ன? அதை அடைந்து விட்டீர்களா?

அறியாமை மிக்க இளமைக் காலத்தில் தமிழிற் பெரியதொரு பாவலனாக வரவேண்டும் என்ற குறிக்கோள் இருந்தது. இன்று அது நிறைவேறி விட்டது எனலாம். அதன்பின், ஏதாவது ஒரு குறிக்கோளை அல்லது இலக்கை முன்வைத்து, ஒரு குறிப்பிட்ட பாதையில் என் வாழ்வை அமைத்துக் கொள்ளவில்லை. வாழ்க்கையைப் பற்றிய முழுமையான பார்வையும் எல்லா வகையான வாழ்வியல் ஈடுபாடும் மிகத்தேவை என உணர்ந்து அவ்வாறே நடந்து வருகிறேன்.

"கடன் என்ப நல்லவை எல்லாம்" என்பதை வேண்டுமானால் என் குறிக்கோளாகக் கூறலாம். என் தமிழுணர்வும், மாந்த உரிமை ஈடுபாடும் வாழ்வியல் உணர்வும் இதில் அடங்கும்.

ஈழத்தின் பின்னடைவு பற்றி...

ஈழத்தின் பின்னடைவு உலகில் நிகழ்ந்த மிகப் பேரவலம். இந்தியா உட்பட்ட உலக நாடுகள் எவையும் நேர்மையானவையோ, விடுதலை உணர்வும் மாந்த நேயமும் கொண்டவையோ அல்ல; முழுக்க முழுக்கத் தன்னல அரசியல் நடத்தும் தந்திர நாடுகளே என்பதை ஈழத்தின் பின்னடைவு காட்டிவிட்டது. எவ்வாறெனில்,

அங்கே அழித்தொழிக்கப்பட்டவர்கள் ஈழத்தமிழ் மக்கள் அல்லர். சொந்த விடுதலைக்காகப் போராடிய மாந்தர்கள்! மறுக்கப்பட்டது ஈழத்தமிழரின் விடுதலை அன்று; மாந்த இனத்தின் விடுதலை!

நிகழ்ந்தது பொதுவானதொரு சிக்கலாக இருந்தால், அதிலே இந்தப் பக்கம் சிலரும் அந்தப் பக்கம் சிலரும் நிற்பது இயற்கையே. வேறுபட்ட கருத்துகள், மாறுபட்ட அரசியல் கொள்கைகள் இருக்கவே இருக்கும். எந்தப் பக்கம் நேர்மை என்று திட்டவட்டமாகக் கூறமுடியாது. ஆனால் மாந்தர் விடுதலை குறித்து இருவேறு கருத்துகள் இருக்க முடியுமா?

தனிமொழி, தனிப்பண்பாட்டுடன் இலங்கையில் தனி அரசமைத்து ஆண்ட இனம் தமிழினம். இது வரலாற்று உண்மை. பிற்கால அரசியலில் ஆயிரம் மாறுதல்கள் ஏற்பட்டாலும் அடிப்படையில் நிற்பது ஓர் இனத்தின் விடுதலை. மன்னராட்சிக் காலங்களில், அல்லது தனி வல்லாட்சிக் கொடுங்கோலர் காலங்களில் வேண்டுமானால் மாந்த உரிமைக்குப் பாதுகாப்பு இல்லாமற் போகலாம். ஆனால் மக்களாட்சிக் காலங்களில் அப்படி நிகழலாமா? மாந்தர் உரிமைக்குப் பாதுகாப்பாக அமைந்ததுதானே மக்களாட்சி முறை! இந்த மக்களாட்சிக் காலத்தில் ஓர் இனத்தின் விடுதலையை மற்றோர் இனம் அழிக்க முயலலாமா? அதைப் பார்த்துக் கொண்டு மற்ற மக்களாட்சி அரசுகள் சும்மா இருக்கலாமா?

விடுதலைப் புலிகள் மீதும், தமிழரின் ஒற்றுமையின்மை மீதும் ஆயிரம் குறைகள் கூறலாம். அவை சரியாகக்கூட இருக்கலாம். அரசியல் விரகாண்மைகள் இல்லாமல் இப்படிப் பகைவன் கையில் கயவர் கையில் மாட்டிக் கொண்டு பல்லாயிரக்கணக்கான மக்களையும், கல்நெஞ்சக் கயவர் கையில் காட்டிக் கொடுத்துவிட்டோமே என்ற கழிவிரக்கம் நெஞ்சைத் துளைக்கத்தான் செய்கிறது.

ஆனாலும் இனவெறிக் கொடியவர்களும், தமிழினப் பகைவர்களும் இன்னொரு நாட்டில் வாணிகக் கால் ஊன்றிக்கொள்ள இடம்தேடும் தன்னல வேட்டைக்காரர்களும் சொந்த மண்ணில் மக்கள் விடுதலையை விழுங்கி ஏப்பமிட்ட வல்லரசுக் கயவர்களும் கூடிக்கொண்டு சொந்த விடுதலைக்கும் தன்மானத்துக்கும் போராடிய ஓர் இனத்தை முற்றாக அழித்தொழித்து விட்டனர் என்பதுதானே உண்மை!

தன் சொந்த விடுதலையைப் பேணிக்காக்கும் ஓர் இனம் மற்றோர் இனத்தின் விடுதலையை அழிப்பதற்கு நேர்மையான மக்களாட்சிக் காரணம் எதையேனும் கூறமுடியுமா?

ஈழத்தில் ஏற்பட்ட பின்னடைவுக்கு ஈழமக்களே ஒருவகையில் காரணமாய் இருந்தாலும் அதைவிட நூறுமடங்கு காரணம் ஈழ மக்கட்கெதிரான கல்நெஞ்சக் கயவாளிகளின் கடுஞ்சூழ்ச்சி. இதை மறுக்க முடியுமா?

தாங்கள் எழுதியுள்ள நூல்கள்...

பாடல் நூல்கள்	14
குழந்தைகளுக்கான பாடல் நூல்கள்	4
கட்டுரை நூல்கள்	8
தமிழாக்க நூல்கள்	4
ஆங்கில மொழிபெயர்ப்பு நூல்கள்	4
ஆங்கிலத்தில் எழுதிய நூல்கள்	3

ஆசிரியப் பணியில் தங்களின் மனநிறைவு...

பள்ளி, கல்லூரிகளில் பாடத்திட்டங்களை ஒட்டிக் கற்பிப்பதைவிட பாடத்திட்டங்கட்கு அப்பால் நிற்கும் விரிந்த கல்வியை மாணவர்க்கு ஊட்டியதிலேயே மனநிறைவு பெற்றேன். வகுப்பறைப் பாடங்களோடு வாழ்வியற் பாடங்களையும் கற்றுக் கொடுத்தேன். மாணவர் உள்ளத்தில் அறிவு வேட்கையை உண்டாக்கினேன். அன்பை, ஒழுங்கை, உண்மையை அவர்தம் உள்ளங்களில் விதைத்தேன். குமுகாய விழிப்புணர்வை உண்டாக்கினேன். தாய்மொழி உணர்வை வளர்த்தேன். இயற்கை உணர்வால் அவர்களைச் செழுமைப் படுத்தினேன். மாணவரின் அன்பையும், நட்பையும் பெற்றேன். இவ்வகையிலே மனநிறைவு பெற்றேன்.

இளம் தமிழ் இலக்கியப் படைப்பாளர்க்குத் தங்கள் அறிவுரை?

முதலில் அவர்கள் தமிழிலக்கியத்தை ஆழ்ந்து கற்க வேண்டும். இது மிக அடிப்படையானதும் இன்றியமையாததும் ஆகும். கல்லூரி நிலையில் பொதுப் பாடமாகவும் சிறப்புப் பாடமாகவும் கற்பிக்கப்படும் தமிழ் மாணவரின் தமிழறிவைச் செழுமைப் படுத்தப் போதுமானதாக இல்லாமையால், அடிப்படைத் தமிழறிவு கூட இல்லாமல் இளைஞர்கள் பாட்டெழுத வந்துவிடுகின்றனர். எதை வேண்டுமானாலும் கிறுக்கலாம், அதைப் புதுப்பாட்டு

(புதுக்கவிதை) என்று அழைத்துக் கொள்ளலாம் என்று வந்தபின், பாடல்களில் பாட்டுக்குரிய அடிப்படையும் இல்லை; மொழியிலும் நடையிலும் செழுமையும் இல்லை; செப்பமும் இல்லை. புதுப்பாட்டை அதற்கென்று அமைந்த முறையோடு எழுதுவதற்குக் கூட முன்னோர் இலக்கியத்தில் ஆழ்ந்த பயிற்சி வேண்டும். இளைஞர்கள் நிறையப் படிக்க வேண்டும். வாழ்க்கையைக் கூர்ந்து நோக்க வேண்டும். இரக்கவுணர்வை வளர்த்துக் கொள்ள வேண்டும்.

பாடல் தவிரக் கதை, கட்டுரைகள் எழுதுவார்க்கும் ஆழ்ந்த தமிழிலக்கியப் பின்புலமும் விரிந்த வாழ்க்கைப் பார்வையும், மாந்த நேயமும் மிக மிகத் தேவை. எழுத்தாளனுக்கு மொழித் தேர்ச்சி, மொழிச் செப்பம் – இன்றியமையாதிருப்பது போலவே மாந்த நேயமும் மிகமிக இன்றியமையாதது.

இனிப் பாவலனாயினும், எழுத்தாளனாயினும் வாழ்வை மேம்படுத்தவே தன் எழுத்தைப் பயன்படுத்த வேண்டும். இயற்கையுணர்வையும் மாந்த நேயத்தையும் வளர்த்துக் கொண்டால்தான் எழுத்துச் சிறக்கும். பெற்றுக் கொள்தல் அன்று. வழங்குதலே வாழ்க்கை. இலக்கியமும் அவ்வாறிருந்தால்தான் பொருளுடையதாக இருக்கும்; உலக உயர்வை எட்டும்.

நெல்லிக்குப்பம் தமிழ்மாந்தன் பதிப்பகத்தின் 10-ஆம் ஆண்டு மலர்

★

தங்கப்பா படைப்புகளில் தமிழுணர்வு

- புதுவை சீனு. தமிழ்மணி

புதுச்சேரி எனும்போது இங்கு வந்த பாரதியார் இங்கே பிறந்து வாழ்ந்து சிறந்த பாவேந்தர் எனும் கனகசுப்புரத்தினம், வாணிதாசன், புதுவைச் சிவம் தமிழ்நாட்டில் பிறந்தாலும் புதுவைக்குப் பெருமை சேர்த்த தமிழ்ஒளி, கம்பதாசன் ஆகிய பாவலர்கள் குறிப்பிடத் தக்கவர்கள். இவர்களைப் போலவே ம.இலெனின் தங்கப்பா (இனி ம.இலெ. தங்கப்பா அல்லது தங்கப்பா) அவர்கள் திருநெல்வேலி குறும்பலாப்பேரியில் பிறந்தாலும் புதுச்சேரியிலேயே அவர் வாழ்நாள் பெரிதும் கழிந்தது. எனவே அவர் புதுச்சேரிக்காரர்தான் -தமிழ்ஒளியைப் போல, கம்பதாசனைப் போல.

தங்கப்பா அவர்கள் சிறந்த பாவலராக, கட்டுரையாளராக, ஆங்கிலத்தில் இருந்து தமிழுக்கும் தமிழிலிருந்து ஆங்கிலத்திற்கும் மொழி பெயர்க்கும் சிறந்த மொழிபெயர்ப்பாளராக, 'தெளிதமிழ்' எனும் இதழ் ஆசிரியராக, சுற்றுச்சூழல் போராளியாக, தமிழ்ப்போராளியாக ,'எது வாழ்க்கை' என்ற அரிய மெய்யியல் நூல் எழுதிய மெய்யியலாளராக, நல்ல தமிழ்ப் பேராசிரியராக எனப் பன்முக ஆளுமையாக விளங்கிய பேரறிஞர் ஆவார்.

இவரின் மூதாதையர்கள் தமிழில் புலமை பெற்றவர்களாக இருந்துள்ளனர். இவர் தந்தையார் ம.ஆ.மதனபாண்டியன் அவர்கள் தமிழாசிரியராக இருந்தவர். 'அவர் எனக்குத் தமிழைக் கற்றுக் கொடுத்ததும் நான் பெற்றுக் கொண்டதும் உண்மை. ஆனால், உயிரும் உள்ளமும் உவக்கும்படி அதனைக் கற்றுக் கொடுத்தார்' எனத் தங்கப்பா குறித்துள்ளார்.

தமிழைப்போலவே ஆங்கிலத்திலும் புலமை பெற்றிருந்த அவர் ஆங்கிலத்தில் தொடக்க காலத்திலேயே கட்டுரைகள் எழுதி இருக்கிறார். இருந்தபோதிலும் அவருக்குத் தமிழ்தான் ஈர்ப்பாக இருந்தது.

'என் தமிழ் உணர்வு தனித் தமிழ் உணர்வாக மாறுவதற்கும், இலக்கிய உணர்வு மேலும் ஆழம் அடைவதற்கும் வழிகாட்டியவர் தென்மொழி ஆசிரியர் பெருஞ்சித்திரனார் ஆவார்... பாட்டுணர்வை ஆழப்படுத்த உதவினார். பழந்தமிழ் அக, புற இலக்கிய நடையில் அவர் எழுதிய அகவற்பாக்கள் போலவே எழுதக் கூறி அத்திசையில் அவர் என்னைத் திருப்பியதாலேயே, இயற்கையாற்றுப்படை யோடு பிற அக, புறப் பாடல்களையும் நான் எழுதினேன். இந்தி எதிர்ப்பின் போது நான் எழுதிய அகவல் பாடல்களும் அத்தகையவனவே' என 'நானும் தமிழும்' என்ற தலைப்பில் தமிழ் நேயம் 45 இல் கூறியுள்ளார்.

'அமிழ்தினிது, தேன்இனி தென்பார்தம் சொந்தத்
தமிழினிமை கேளாதவர்' என்று தமிழ் இனிமையைப்
பாடிய நம் தங்கப்பா அவர்கள்
'பல்லாயி ரங்கால முன்பிருந்தே
தமிழ்வாழ்வில் பதிந்துபோன
பொல்லாத கடல்கோள்தான் பொங்கி வந்து
மீண்டும்நமைப் பொடிசெய் தாலும்
சொல்லாலே தமிழன்றோ? சொந்தமொழி
தனிலதனைச் சுட்ட லின்றி
எல்லாரும் 'சுனாமி' எனல் எதற்கையா?
சீச்சீ, நம் இழிவு தானே!'

என்ற பாடல் மூலம் தமிழில் பிற சொல் கலக்கக்கூடாது. நமக்கு மொழிமானம் வேண்டும் என்கிறார்.

தமிழனைக் 'கருப்பு நிற வெள்ளைக்காரன்' என்ற தலைப்பிட்டு

'கருப்புநிற வெள்ளைக் காரன் வருகிறானடா!
கைதூக்கிக் 'குட் மார்னிங்' சொல்கிறானடா
உருப்படியாய்த் தமிழில்பேச மறுக்கிறானடா!
உளறிக் கொட்டும் ஆங்கிலத்தில் ஓட்டை நூறடா!'

என நீளுமிப்பாடலில் தமிழைப் புறக்கணித்து ஆங்கிலத்தை நாடுவோரைக் கடிந்துரைக்கிறார்.

'பேச்சுப்பிழைத் தமிழ்க் கடிதல்' தலைப்பில்

'செப்பத் தமிழைச் சிதைத்தழிக்கும் பேச்சுவழக்கு உட்பகை!
உண்ணுணவில் நஞ்சு'

என்றும்,

'பேச்சுவழக் கென்று பிழைத்தமிழ் நாம்போற்றின் வீச்சற்றுப் போகுந் தமிழ்'

என்றும் பேச்சுத்தமிழே தமிழ் என கி.ரா. என்ற எழுத்தாளர் புதுச்சேரியில் கூறிய போது அதற்கு மறுப்புரையாக ம.இலெ. தங்கப்பா பல கூட்டங்களில் பேசியிருக்கிறார் .இவ்வாறு பாட்டும் எழுதியிருக்கிறார். இந்த நேரத்தில் முனைவர் இரா.திருமுருகன் அவர்களையும் நாம் இதில் சேர்த்துக் கொள்ள வேண்டும்.

ம. இலெ. தங்கப்பா அவர்கள் தன் "உரிமைக்குரல்" என்ற நூலில்

"என் உடம்பில் தமிழ் குருதி ஓடு மட்டும்
எம் தமிழ்த்தாய் நாட்டுக்கு நான் உழைப்பேன்.
என் உளத்தில் தமிழ்நினைவு கமழுமட்டும்
எம் தமிழின் முழு மலர்ச்சி கமழ்த்த வாழ்வேன்.
என் உணர்வில் தமிழ்ஊறி இனிக்கு மட்டும்
எம் தமிழர்க்கு உழைத்தல் என் உரிமையாகும்.
என் உயிர்க்குள் தமிழ்பாய்ந்தே இயக்குமட்டும்
இயக்கமெலாம் தமிழியக்கம் ஆகும் தானே"

என்றும் "வடக்கர் இயல்பு" என்ற தலைப்பில்

"வாள்போலும் சிங்களரை அஞ்சற்க, அஞ்சுக
கேள்போல் வடக்கர் தொடர்பு .

எந்தமிழ் மீனவர்க்கே என்றுமிரங்கா வடக்கர்
வெந்தபுணி லேனுழைப்பார் வேல் .

சிங்களரோடு ஒப்பந்தம் செய்யும் வடக்கரசே
எந்தமிழர் வாழ்வழித்தாய், ஏன்?

செந்தமிழர் வாழ்வழிக்கச் சிங்களர்க்கே போய் உதவும்
இந்தியனே வஞ்சகனாம் இங்கு !

தமிழா உனை வெறுப்பாள் தாழ்த்தி வைப்பாள்,
சீச்சீ இவளா இந்தியத்தாய்? எண்ணு.

தில்லியர சாள்வோரும், தீந்தமிழ்கொல் பார்ப்பாரும்
புல்லருக்கும் கீழ்! நச்சுப்பூண்டு !

எங்கள் தமிழர்க்கெதிராய் இந்திய வடக்கரிவர்
சிங்களருக் கேபரிந்தார், சீ!

வடக்கன் வடக்கனே வண்டமிழர்க் கென்றும்
இடக்கன், பகைவன் இவன்!

செம்மொழியின் பேரால் சிறுமை தமிழ்க்கிழைத்தார்
நம்மவரோ எச்சிலுணும் நாய்!

தமிழன் உயிர்துடிக்கச் செத்தாலும் தில்லி
இமி பதற வில்லை இஃதேன்?எண்ணு

எனக் குறள்வெண்பாவில் அழகாகப் பத்துப் பாக்களை வடித்துள்ளார். இவ்வாறே ம.இலெ. தங்கப்பா அவர்கள் 'உரிமைக்குரல்' நூலில் "உன் கதவைப் பூட்டு" , "போலி ஒருமைப்பாடு", "பேச்சுப் பிழைத்தமிழ் கடிதல்", "தமிழ் மேன்மை", "தமிழினிமை", "தமிழ்வழிக் கல்வி", "ஆங்கில வழிக் கல்வி எதிர்ப்பு" ஆகிய தலைப்புகளில் பத்து,பத்துக் குறள் வெண்பாக்கள் எழுதியுள்ளார்.

"சங்கச் சான்றோர் வழியில் இலெனின் தங்கப்பா" என்ற நூலில் தங்கப்பா குறித்து பேராசிரியர் ப.மருதநாயகம் அவர்கள்

"கெடல் எங்கே தமிழின் நலம்
அங்கெல்லாம் தலையிட்டுக் கிளர்ச்சி செய்க
துறைதோறும் துறைதோறும்
துடித்தெழுந்தே தமிழுக்குத் தொண்டு செய்வீர்'

எனும் பாரதிதாசனின் கட்டளைகளை ஏற்றுப் பணியாற்றியவர். அவருடைய பாடுபொருள்கள் :

1. தமிழின் தொன்மை, சிறப்பு
2. தமிழின் உட்பகைவர்களையும், புறப்பகைவர்களையும் அடையாளம் காட்டிப் பாடுதல்
3. ஆங்கிலவழிக் கல்வியால் விளையும் கேடுகள்
4. தமிழை அனைத்து நிலைகளிலும் துறைகளிலும் பயிற்று மொழி ஆக்க வேண்டியதன் இன்றியமையாமை
5. தமிழ் வழிபாட்டு மொழியாகவும் வழக்கு மன்ற முடியாதவன் செயல்பட பெற்றுள்ள தகுதி,"

என மேலும் சிலவற்றைச் சுட்டி மருதநாயகம் அவர்கள் 'தனித்தமிழில் மரபுக் கவிதை எழுதியவர்கள்' என்ற நான்காம்

குழுவில் 'தேவநேயப் பாவாணர், பெருஞ்சித்திரனார்,இலெனின் தங்கப்பா,திருமுருகன் போன்றோர் நான்காம் பிரிவைச் சேர்ந்தவர்கள்' என்கிறார். மேலும், 'இன்றைய மரபுக் கவிஞர்களில் முதலிடத்திற்கு உரியவரான இலெனின் தங்கப்பாவும் பெருஞ்சித்திரனாரைப் போன்றே செவ்வியல் கவிதைக் கோட்பாட்டில் நம்பிக்கை உடையவர். தமிழ் மொழி, தமிழினம், தமிழ்ப் பண்பாடு ஆகியவற்றிற்கு உட்பகைவர்களாகவும் புறப்பகைவர்களாகவும் செயல்படுபவர்களைக் கடுமையாகத் தாக்கும் இவருடைய கவிதைகளிலும் செவ்வியல் கூறுகளே முன்னிற்பவை. பெருஞ்சித்திரனார், இலெனின் தங்கப்பா போன்றவர்கள் பாரதியும் பாரதிதாசனும் போற்றிய தமிழ் மொழியையும் தமிழினத்தையும் பாடும் போதும் முந்தையோர் கையாண்ட உத்திகளையோ, மொழிநடையையோ அவ்வாறே கையாளுவதில்லை. அவர்கள் பாரதி மரபு எனும் பெரும் கூடாரத்திற்குள் தங்களை அடைத்துக் கொள்ளவில்லை. பாரதி மரபு என்னும் ஆலமரத்தின் நிழலில் ஒதுங்கிக் கொள்ளவில்லை. இருபதாம் நூற்றாண்டுத் தமிழ்க்கவிதை வரலாற்றில் சிறப்பிடம் பெற வேண்டிய அளவிற்கு அவர்கள் இருவரும் கவிதைப்பணி செய்துள்ளார்கள். பாரதி,பாரதிதாசன் ஆகியோரின் வழிவந்தவர்கள் பலரைப் போல் அரைத்த மாவையே அரைத்தவர்களாகவோ உழுதசால் உழுதவர்களாகவோ அவர்களை அடையாளம் காணுதல் முறையன்று' எனத் தெளிவாக இனங்காண்கின்றார்.

'மொழிமானம்' என்ற தன் நூலில் 32 தலைப்புகளில் 13-க்கும் மேற்பட்ட தலைப்புகளில் தமிழ்மொழி, இன, நாடு குறித்த உணர்வுகளைத் தங்கப்பா பதிவு செய்துள்ளார். 'தமிழுக்கே தலைமை' என்ற கட்டுரையில் 'தமிழ்ப் பகைவர்கள் தமிழகத்திலேயே வாழ்கின்றனர். தமிழுக்கு நல்லது செய்வது போலவே இவர்களின் செயல்கள் இருக்கும் .விருப்பு வெறுப்பு அற்ற நிலையில் தமிழின் மேல் அக்கறை காட்டுவதாக இவர்கள் சொல்லிக் கொள்வார்கள். நம் குறையை நாம் திருத்திக் கொள்வது நல்லது தானே என்பார்கள். வடமொழியோடு ஒப்பிட்டுத் தமிழைக் குறை கூறியவர்களும் இவர்களே. இன்று ஆங்கிலத்தோடு ஒப்பிட்டுக் காட்டி குறை கூறுபவர்களும் இவர்களே. குறையில்லாததையும் குறை,குறை என்று திரும்பத் திரும்பக் கூறினால் 'ஆமாம் குறைதான்'என்று

கேட்பவர்கள் நம்பத் தொடங்கி விடுகின்றனர். இவர்கள் தாம் தமிழ் எழுத்துகள் மிகச் சுமை என்ற எண்ணத்தைக் கிளப்பியவர்கள். இவர்கள்தாம் தமிழில் உயிர்மெய்க் குறியீடுகள் ஒரே முறையில் அமையவில்லையே; இது தமிழைப் படிக்க விரும்பும் மற்றைய மொழியினர்க்கு எவ்வளவு தொல்லை, பார்த்தீர்களா? இவற்றை மாற்ற வேண்டாவா என்று தூண்டுபவர்கள். இவர்களின் உண்மை நோக்கம் தமிழைக் கலப்படமாக்குவதுதான். அதோடு ஏதாவது ஒரு வகையில் தமிழைக் குறையுடையது என்று காட்டிக் கொண்டே இருக்க வேண்டும். இது இவர்களின் குருதியில் ஊறிப்போன காழ்ப்பு நஞ்சு. அதோடு இதற்கு மற்றொரு நோக்கமும் உண்டு. தமிழரின் மனத்தையே கெடுப்பது தான் அது. இல்லாத குறையைப் பெரிதாக எண்ணி அதிலேயே கவனம் திரும்பும்படிச் செய்துவிட்டால் தமிழரின் உண்மையான முன்னேற்றத்தைத் தடுத்து விடலாம் என்று கூடத் திட்டமிடுவார்கள். இஃதறியாத ஏமாளித் தமிழர்கள், "பார்த்தாயா, நம் மொழியில் எத்தனைக் குறைகள்! இவற்றை நீக்கிச் சீர்திருத்துவோம்"என்ற வீண் வேலையில் இறங்கி விடுகின்றனர். இதுவரை வளர்ச்சியுற்ற எந்த மொழியும் வேற்றுமொழிச் சொற்களை ஒலிக்க வேற்றுமொழி ஒலிகளைப் பயன்படுத்தியதே இல்லை. அது தேவையே இல்லை. தமிழன் தான் இளித்த வாயனாக நிற்கின்றான்" என்கிறார்.

மேலும், "தன் மொழி பற்றிய பெருமித உணர்வு ஒருவனுக்கு இருக்கும் பொழுது அதையே மொழி மானம் என்கின்றோம். மொழியின் பெருமிதம் குன்றாமல், அதனைப் பேணுவது இது .

இயல்பு நிலையில் மொழிமானம் பற்றிப் பேசத் தேவையில்லை. அது தானே அமைந்திருக்கும். இயல்பு திரிந்த நிலையை மீண்டும் இயல்பு நிலைக்குக் கொண்டுவருவதற்காகத்தான் இன்று நாம் மொழிமானம் பற்றிப் பேச வேண்டியவர்களாக இருக்கின்றோம்.

இயல்பு திரிந்து போயிருப்பதாலேயே தமிழன் இன்று மொழிமானம் அற்றவனாக இருக்கின்றான். அடிமைக் கல்வியால் அயன்மைப்பட்டுப் போய்க், கருவி தானே, அதன் மீது ஏன் உணர்வு சார்ந்த பற்று வைக்க வேண்டும் என்றும் பேசுகின்றான்.

ஒரு குழந்தை தாயிடமிருந்து பிரிந்து வேறொருவரால் வளர்க்கப்படுமானால், தாய் என்று தெரிந்த பின்பும் அவளிடம்

அதற்கு உணர்வளவிலான அன்பு தோன்றாது. தமிழன் கல்வி அளவிலும் ஆட்சி அளவிலும் தமிழினின்று பிரிக்கப்பட்டு ஆங்கிலத்தோடே ஒட்டியிருந்ததனால் அவனுக்கு இன்று தமிழ் மீது அன்பு தோன்றாதிருப்பது இது போன்றதுதான். ஆனால் குழந்தை தாயிடம் வளர வேண்டுவது இயல்பானது போலவே தமிழனும் தமிழை அடிப்படையாகக் கொண்டு வளர்வதுதான் இயல்பானது. அவன் அப்படித்தான் வளர்தல் வேண்டும். தன் மொழியைப் பற்றிய பெருமித உணர்வு அவனுக்குக் கட்டாயம் ஏற்பட்டே தீர வேண்டும். அப் பெருமித உணர்வு அவனுக்கு ஏற்படும் பொழுதுதான் அவன் சரியான மாந்தனாகின்றான்.

மானவுணர்வற்ற மாந்தன் தாழ்வானவனாக இருத்தல் போலவே மொழிமானம் அற்ற தமிழனும் தாழ்வானவனாக இருக்கின்றான்.

தாழ்வான ஒருவனுக்குப் பிழை செய்ய நாணம் இராது. தன்மானம் இராது. தன் மொழி, இனம் பற்றிய அக்கறையும் இராது. எதையும் பேணுதல் வேண்டும், எதன் அழகையும் கெடுத்தல் கூடாது என்பன போன்ற எண்ணங்களும் இராதன் பயனுக்காக எதையும் வளைத்துச் சிதைக்கும் எண்ணமே அவனிடம் இருக்கும்.

இப்படிப்பட்டவர்களே இன்று தமிழின் வளர்ச்சிக்கும் உரிமைகட்கும் முட்டுக்கட்டையாக இருக்கும் போலிப் படிப்பாளிக் கும்பல் எனலாம்" என்கின்றார்.

ஆக, ம.இலெ. தங்கப்பா அவர்களின் சில நூல்களில் இருந்து அவரின் தமிழுணர்வு குறித்து இக்கட்டுரை எழுதப்பட்டுள்ளது. மேலும் தமிழ், தமிழர், தமிழ்நாடு குறித்து அவர் பல்வேறு நூல்களில் பல்வேறு சிந்தனைகளில் எழுதி இருக்கிறார். அது விரிவாக எழுதப்பட வேண்டிய ஒன்று.

"கொண்ட வெலாம் கொள்கையெனக் கொள்ளாத குறிக்கோளும், அண்டிவரு நலமெண்ணி அமையாத தனி வீறும், தண்டமிழ வாழ்வதுவே தம் வாழ்வான் தனி துண்டும் மண்டுமுயர் பெருவாழ்வர் மாத்தமிழர் தங்கப்பா "

எனச் சிறந்த தமிழறிஞரான இரா.இளங்குமரன் அவர்கள் பாராட்டிச் சென்றுள்ளார்.

“தங்கப்பாவின் சொல்லுக்கும் எழுத்துக்கும் செயலுக்கும் என்றுமே இம்மியளவு வேறுபாடும் இருந்ததில்லை எண்ணித் தெளிந்ததையே எழுதுவார். எழுத்துக்கு அவர் வாழ்வே இலக்கியமாக இருக்கும்“ எனச் சிந்துக்கு இலக்கணம் வகுத்த தமிழறிஞர், இசையறிஞர் முனைவர் இரா. திருமுருகன் அவர்கள் கூறிச் சென்றார்.

ம.இலெ. தங்கப்பா புகழ் ஓங்கட்டும்!

★

ம.இலெ.தங்கப்பா – தனித்து நின்ற தமிழியக்கம்

-முனைவர் பா.இரவிக்குமார்

பாவேந்தர் பாரதிதாசனின் காலத்திற்குப் பிறகு தமிழ் இலக்கிய, அரசியல் சூழலில் எவ்வளவோ மாற்றங்கள் நிகழ்ந்துவிட்டன. எவ்வளவு மாற்றங்கள் நிகழ்ந்திருப்பினும் தமிழ்மொழி, இன மாட்சிக்கான தேவை இருந்துகொண்டே இருக்கிறது. தொண்ணூறுகளுக்குப் பின் புதிய எழுத்துமுறைகூட தமிழில் காலூன்றத் தொடங்கிவிட்டது. பெண்ணியம், தலித்தியம், பின் நவீனத்துவம் என்றெல்லாம் பேசினோம். இவை அனைத்தும் காலத்தின் தேவைகளாகவும் இருந்தன. இவை அனைத்தையும் ஒரு சிறு புன்னகையால் எதிர்கொண்டு, தன் போக்கில் இலக்கியம் செய்து கொண்டிருந்த தமிழினப் போராளி ம.இலெ.தங்கப்பா. எந்தவொரு அடைமொழியையும் தங்கப்பா விரும்பியது இல்லை. ‘அறிஞன்’, ‘சிந்தனையாளன்’, ‘முனைவன்’, ‘கவிஞன்’, ‘தத்துவவாதி’, போன்ற சொற்களையெல்லாம் ஒரு தூசியைப்போல உதறித் தள்ளியவர். ஆனால், இத்தனை அடைமொழிகளுக்கும் தகுதி வாய்ந்த பேரறிஞர். குழந்தைகளும், சிறுவர்களும் அவரைத் ‘தாத்தா’ என்று அழைத்ததுண்டு. அவரே ஒரு குழந்தை என்பதை அவர்கள் மட்டுமல்ல, பலரும் அறிய வாய்ப்பிருந்ததில்லை. இலெனின் தங்கப்பாவை எப்படியும் அழைக்கலாம். தமிழ்ச்சித்தர், ஒரு சூஃபி ஞானி, ஜென்துறவி, இயற்கை நேசர், பகுத்தறிவாளர், தனித் தமிழ்ப் பற்றாளர், மொழிபெயர்ப்பாளர், சுற்றுச் சூழல் ஆர்வலர், பொதுவுடைமையாளர், தமிழ் இனமானப் போராளி, இன்னும் எவ்வளவு சொற்களாலும் அழைக்கலாம். ஆனால்,

தங்கப்பா தன்னை அலங்கரித்துக் கொண்டது 'அப்பன்' என்ற எளிய சொல்லால்தான். 'நான் யார்?' என்ற கவிதையில் இதைப் பதிவு செய்துள்ளார்.

தங்கப்பா அன்பின் பேருருவம். அவருடைய மரணத்தின்போது கூட இதை உணர முடியவில்லை. ஆனால், தங்கப்பாவின் இழப்பை, அந்த இழப்பு விட்டுச் சென்ற வெற்றிடத்தை, நடுங்கும் நெஞ்சுடன் இப்போது உணரமுடிகிறது. பாரதிதாசனைப் பின்பற்றி தீயும் தேனும் குழைத்த மொழியில் இலக்கியம் செய்து கொண்டிருந்த தங்கப்பாவைப்போல் படைப்புகளைத் தர இனி யார் இருக்கிறார்கள்.

'தமிழ்ச் சமூகத்தின் ரத்தவங்கி' என்று மிகச் சரியாகத் தங்கப்பாவை மதிப்பீடு செய்திருந்தார் பழ.அதியமான். ஆயிரம் கவிதைகளாலும் சொல்ல முடியாத கருத்தை ஒரே வாக்கியத்தில் சொல்லிவிட்டார். தமிழ் இலக்கிய உலகம் தங்கப்பாவை உணர்ந்ததாகவே தெரியவில்லை. விரல் விட்டு எண்ணக்கூடிய அறிஞர்கள் மட்டுமே தங்கப்பாவின் ஆளுமையை உணர்ந்திருந்தனர். ஆ.இரா.வேங்கடாசலபதி, க.பஞ்சாங்கம், நிர்மல் செல்வமணி, இந்திரன், நா.இளங்கோ, பசுபதி, சீனு.தமிழ்மணி, வெங்கட சுப்புராய நாயகர், பா.ஜெயப்பிரகாசம் போன்ற அறிஞர்கள் மட்டுமே அவருடைய ஆளுமையை உணர்ந்ததாகத் தெரிகிறது. புதுவையில் செயல்படும் தமிழ் அமைப்புகளுக்குத் தங்கப்பாவின் மீது மதிப்புண்டு. தங்கப்பாவைத் தெரிந்த அளவிற்கு அவருடைய இலக்கியத்தின் மேன்மையை எவரும் உணர்ந்ததாகத் தெரியவில்லை.

பாவேந்தரைப் பின்பற்றி, இலக்கியம் செய்துகொண்டிருந்த தங்கப்பாவை, ஆ.இரா.வேங்கடாசலபதிதான் உலகம் அறியும் வகையில் எடுத்துச் சென்றார். தொடக்க காலத்திலிருந்தே தங்கப்பாவிற்கு மொழிபெயர்ப்பின் மீது ஆர்வம் இருந்தது உண்மை. வார்த்தைகளுக்காகக் காத்திருக்காமல், எண்ணத்தின் வேகத்திற்கு ஈடுகொடுத்து, சரளமாகக் கவிதைகளை ஆங்கிலத்தில் எழுதும் ஆற்றல் தங்கப்பாவிற்கு உண்டு. *Heus and Harmonies from Ancient Land (1970), Songs of grace in St.Ramalingam (1985), Selected Poems of Bharathidasan (1992), House of Darkness (1996)* போன்ற நூல்கள் முக்கியமானவை. ஆனால், ஆ.இரா.வேங்கடாசலபதியின் முயற்சியில், பென்குயின் வெளியீடாக வெளிவந்த *Love Stands Alone (2010), Red Lilies and Frightened Birds (2011)* ஆகிய நூல்கள் தாம்

தங்கப்பாவிற்கு உலகப் புகழைப் பெற்றுத் தந்தன. சங்க இலக்கியங்களையும், முத்தொள்ளாயிரத்தையும் ஆங்கிலத்தில் பெயர்ப்பது எளிதல்ல. செம்மொழித் தமிழ், தங்கப்பாவின் சுவாசம். உண்மையில் அது அவர் உயிர்மூச்சு. சுவாசிப்பது எவ்வளவு இயல்பானதோ, அவ்வளவு இயல்பானது அவர் பழந்தமிழ் இலக்கியங்களை வாசித்ததும்.

"This is probably the first time, that he has translated a full text, which also speaks for the brilliance of muthollayiram. Despite his vast reading, Thangappa is no pedant, preferring to rely on intuition rather than scholar ship. If his ear for English is astonishing, his grasp of Tamil is almost incred ible. Unlike many translators both renowned and not so renowned who rely on commentaries, old and new, to get to a text, Thangappa reads classical Tamil like one would the morning newspaper."

பழந்தமிழ் இலக்கியங்களை, ஒரு செய்தித்தளை வாசிப்பதுபோல் மிக இயல்பாக வாசித்தவர் தங்கப்பா என்று அவருடன் நெருங்கிப் பழகியவர்கள் கூறியதை நானும் கேள்விப்பட்டிருக்கிறேன்.

முத்தொள்ளாயிரத்தைத் தங்கப்பா மொழிபெயர்த்த விதம் அலாதியானது.

Stop for a while, O kingɔ
Bring your tributes later
For yesterday too
There was a crowed of kings
Who paid their obeisance.
Their Crowned heads grazing
Them in large numbers
The feet of our king,
Ruler of Urandai
Are badly bruised (M.L.Thangappa, Red Lilies and Frightened Birds, P.72)

சோழ மன்னனுக்குத் திறை செலுத்த வரும் மன்னர்களைத் தடுத்து நிறுத்தும் வாயில் காப்போனின் கூற்றாக வெளிப்படும் முத்தொள்ளாயிரப் பாடல் இது.

நின்றீமின் மன்னீர்!
நெருநல்த் திறை கொணர்ந்து
முன்தந்த மன்னர்
முடிதாக்க, இன்றும்

திருந்தடி புண்ணாகிச்
செவ்வி இலனே
பொருந்தண் உறந்தையார்
கோ! *(டி.கே.சி., முத்தொள்ளாயிரம், ப.127)*

திருந்தடி புண்ணாகுவதை *'Badly Bruised'* என்றும், 'திறையை' *'Obeisance'* என்றும் வளமான ஆங்கிலத்தில் மொழிபெயர்த்த திறத்தை வியக்காமல் இருக்க இயலவில்லை.

"ஓராற்றல் என் கண்
இமைபொருந்த, அந்நிலையே
கூரார்வேல் மாறன் என்
கைப்பற்றத் தீரா
நன(வு) என்று எழுந்திருந்தேன்.
நல்வினை ஒன்(று) இல்லேன்
கனவும் இழந்(து) இருந்த
வாறு!" *(டி.கே.சி. முத்தொள்ளாயிரம், ப.64)*

இரவில் தூக்கம் பிடிக்காத தலைவியின் கண்கள் எப்படியோ மூடுகின்றன. கனவில் பாண்டிய மன்னன் வந்து அவள் கரம் பற்றுகிறான். தூக்கம் கலைந்த தலைவி கனவையும் இழக்கிறாள். கவித்துவம் குன்றாமல் இதைத் தங்கப்பா மொழிபெயர்ப்பு செய்துள்ளார்.

At last
I had some sleep
But the next moment
Maran, the great swordsman,
Appeared in my dream
And gripped my hand
Believing it to be real
I shook off my sleep
And got up
But alas
Luckless me,
I have lost even my dream.
(M.L.Thangappa, Red Lilies and Frightened Birds, P.42)

தங்கப்பாவின் மொழிபெயர்ப்புத் திறனைப் பார்த்து, அதனால் உந்தப்பட்டு ஆ.இரா.வேங்கடாசலபதி புறநானூற்றில் சில பாடல்களையும், குறுந்தொகையில் சில பாடல்களையும்

மொழிபெயர்த்துள்ளார். (மொத்தம் பதினெட்டுப் பாடல்கள்) என்பதும் இங்கே பதிவு செய்யப்பட வேண்டிய செய்தி.

(Love stands Alone, Introduction – Tradition, Talent, Translation, A.R.Venkatachalapathy, P.48)

ஆ.இரா.வேங்கடாசலபதி Love stands Alone, Red Lilies and Frightened Birds ஆகிய இரு நூல்களுக்கும் எழுதிய முன்னுரை அற்புதத்திலும் அற்புதம். ஆனால், இதில் ஓர் ஆபத்தும் இருக்கிறது. சலபதியின் எழுத்துக்களைப் படிப்பவர்கள் தங்கப்பாவைச் சிறந்த மொழிபெயர்ப்பாளர் என்றே கருதுவர். சலபதியின் கட்டுரைகளில் தங்கப்பாவின் படைப்பாளுமை அவ்வளவாக வெளிக்கொணரப்படவில்லை. தங்கப்பா சிறந்த மொழிபெயர்ப்பாளர் என்ற முத்திரையை மட்டுமே எதிர்காலத்தில் சுமக்கக்கூடும். ('Love Stands Alone' என்ற நூலுக்கு சாகித்ய அகாதமியின் பரிசும் கிடைத்துள்ளது.)

உண்மையில், தங்கப்பாவின் பல்வேறு பரிமாணங்களை நாம் எளிதில் மறந்து விடுகிறோம். ஐம்பதுக்கும் மேற்பட்ட நூல்களின் ஆசிரியர், தெளிதமிழ் என்ற இலக்கிய இதழின் ஆசிரியர், தென்மொழி இலக்கிய வளர்ச்சிக்குப் பாடுபட்டவர். தென்மொழி, தமிழ்ச்சிட்டு, தென்றல், வானம்பாடி, பூஞ்சோலை, இனமுழக்கம், தமிழகம், உரிமை வேட்கை, கைகாட்டி, கவிஞன், மீட்போலை, அரும்பு, விருந்து, கவியுகம், பொதுமை, தெளிதமிழ், வெல்லும் தூய தமிழ், கண்ணியம் முதலிய இதழ்களில் எழுதியவர். (தகவல்: மு.இளங்கோவன்) பல்வேறு இலக்கியப் பரிசுகளை வென்றவர். கலைமாமணி விருதைப் புதுவை அரசை எதிர்த்துத் திருப்பித் தந்தவர் என்பதெல்லாம் வரலாற்றுத் தகவல்கள்.

இத்தகவல்களால் மட்டுமே தங்கப்பாவைப் புரிந்துகொள்ள முடியாது.

தாகூரைப்போல் ஒரு கவிஞானியின் மனம், பாரதியைப்போல் புதுமையை நாடும் குணம், கண்ணதாசனைப்போல் வாழ்க்கையைப் புரிந்துகொண்ட பக்குவம், பாரதிதாசனைப் போல் எரி சொற்களைக் கொண்டு அதிகாரத்தை எதிர்க்கும் மனம், இவை யாவற்றையும் ஒருங்கே பெற்றவர் தங்கப்பா.

தங்கப்பாவின் புகழ், புதுவையைத் தாண்டிப் பரவவேண்டிய அளவிற்குப் பரவவில்லை. தன்முனைப்பும், அதிகார வேட்கையும்,

புகழ் போதையும் நிறைந்த இலக்கிய உலகிலிருந்து தங்கப்பா விலகியே இருந்தார். என் பார்வையில், 'எது வாழ்க்கை' என்ற உரைநடை நூலும், 'உரிமைக்குரல்' என்ற கவிதைத் தொகுப்பும் தங்கப்பாவின் ஆகச்சிறந்த நூல்கள்.

சமூகச் சாடலுக்கு முக்கியத்துவம் தரும் ஆந்தைப் பாட்டும் மிக முக்கியமான நூல்தான். ஆனால், தங்கப்பாவின் ஒழுக்கப்பார்வையே அதில் மேலோங்கி இருப்பதாக, க.பஞ்சாங்கம் கருதுகிறார்.

தங்கப்பாவிடம் குவிந்திருந்தது இயற்கை நேசமும், ஒழுக்கப் பார்வையும்தான் என்பதில் மாற்றுக் கருத்துக்கு இடமில்லை.

'எது வாழ்க்கை?' என்ற நூலில் தங்கப்பா மீண்டும் மீண்டும் வலியுறுத்துவது அன்பையும், ஒழுக்கத்தையும், தன் முனைப்பற்ற தன்மையையும்தான்.

நடைமுறை வாழ்க்கையில் நாம் பணத்தை, புகழை, அதிகாரத்தை நோக்கி ஓடுகிறோம். ஏதேதோ செய்கிறோம். பல மணி நேரங்கள் உழைக்கிறோம். முற்போக்குச் சிந்தனை உடையவர்களாகக் காட்டிக் கொள்கிறோம். போலியான, பகட்டான வாழ்க்கையை வாழ்கிறோம். வாழ்கிறோம் என்பது கூட பொய். இருக்கிறோம். அவ்வளவுதான்.

இப்படிப்பட்ட வாழ்க்கையை 'இறந்த வண்டிற்கு' ஒப்புமைப்படுத்துகிறார் தங்கப்பா. இறந்த வண்டை இழுத்துச் செல்லும் எறும்பைப் போன்றதுதான் நாம் செய்யும் செயல்கள். இந்தச் செயல்கள் என்கிற எறும்பை நீக்கிவிட்டால், நம் வாழ்க்கை இறந்த வண்டிற்கு ஒப்பானது.

வாழ்க்கையை ரசியுங்கள், சின்னச் சின்ன கணங்களை நேசியுங்கள், தன்முனைப்பின்றி அன்பை மட்டுமே கைக்கொள்ளுங்கள். இதுதான் 'எது வாழ்க்கை' என்ற நூலில் தங்கப்பா கூற விழையும் மையச் செய்தி.

ஆனால், உண்மையில் தங்கப்பா அன்பை மட்டுமே தன் வாழ்வின் செய்தியாகக் கூறவில்லை. தங்கப்பாவைப்போல, சமூக அவலங்களைக் கடுமையாகச் சாடிய படைப்பாளி அண்மைக்காலத்தில் இல்லை. நாம் பாரதிதாசனைப் புகழ்ந்தோம். இன்குலாப்பைப் பாராட்டினோம். தங்கப்பாவை மறந்துவிட்டோம்.

தங்கப்பாவின் 'உரிமைக்குரல்' என்ற நூலைப் போல், தமிழுணர்வுக்காகக் குரல் கொடுத்த படைப்பு அண்மைக்காலத்தில் தமிழில் இல்லை. ஈழ விடுதலைக்காகப் போராடிய தங்கப்பா, "இந்தியா ஒரு நாடா?" எனக் கேள்வி கேட்டார்.

'இந்நாட்டுக் குடிமகனை இடிமாட்டுச் சிங்களவன்
எந்நாட்டுக் காரனுக்கும் இல்லாத திமிருடனே
கண்ணாபின்னா என்று கடல் நடுவில் சாகடித்தும்
என்னென்னு கேளாமல் இருப்பதுவும் ஓர் அரசோ?
தமிழகத்து மீனவரைத் தம் சொந்தக்கடல் நடுவில்
திமிர் பிடித்த சிங்களவன் திட்டமிட்டுச் சுட்டழித்தும்
இமை நடுக்கம் இல்லாமல் இழிபதவி வேட்கையினால்
தமிழரசும் தில்லியரின் தாள்நக்கப் போனதுவே'

(தங்கப்பா, உரிமைக்குரல், பக்.122,123)

தங்கப்பா மைய அரசை மட்டும் சாடவில்லை. இந்தியா ஒரு நாடா என்றும் நிறுத்திக் கொள்ளவில்லை. இது தொடை நடுங்கித் தமிழரசு என்று மாநில அரசையும் சாடினார். இது 'பார்ப்பாரத் தமிழ்நாடு' என்று வெதும்பினார்.

"பார்ப்பாரத் தமிழ்தான் மொழி இங்கும்
பார்ப்பாரே படைப்பாராம்.
பார்ப்பான் கைப் பாவைகளே இங்கும்
பல்கலைக்கழகங்களாம்"
பூணூலை விட்டானில்லை வேதப்
பூசை மறந்தானில்லை
நானேதான் தமிழன் என்றான் தமிழ்
நாட்டில் முதன்மை பெற்றான்.
தமிழ்நாட்டின் வரலாற்றையும் தீட்டித்
தருபவன் பார்ப்பானடா!
தமிழ்க் கலை ஆய்வினையும் அந்தத்
தருப்பைதான் செய்வானடா!

(தங்கப்பா, உரிமைக்குரல், ப.57)

தங்கப்பாவுடன் நாம் முரண்படலாம் அல்லது உடன்படலாம். ஆனால் இதுதான் தங்கப்பாவின் உண்மையான தமிழ்த்தேசியக் குரல்.

தங்கப்பாவைப்போல் படைப்பின்வழி, தமிழ் மொழிக் குரல் கொடுத்த மற்றொரு பாவலன் அண்மைக்காலத்தில் இல்லை.

ஆட்சியில் அலுவலில் ஆங்கிலம் கொள்வாய்
அயலவன் தின்னவோ தமிழை நீ கொல்வாய்?
ஆந்திரர் கன்னடர் கேரளரைப் பார்!
அறிவுற அவர்கள் கால்கழுவிக் குடிப்பாய்!
பேந்தப் பேந்த நீ விழிப்பதேன் அப்பா?
பீ தின்னும் பிழைப்பினும் சாதல் மேல்
அப்பா! *(உரிமைக்குரல், ப.140)*

தங்கப்பாவைத் தெரிந்தவர்களுக்கு இப்படிப்பட்ட கவிதைகள் வியப்பினை ஏற்படுத்தும். பூவைக் காட்டிலும் மெல்லிய தங்கப்பாவிடம்தான், சூறாவளிச் சொற்களும் இருந்தன. தங்கப்பாவின் அறச்சீற்றம் இந்தியாவைச் சாடியது. அறம்பாடி அழிப்பேன் என்று சண்ட மாருதத்துடன் நின்றது.

"சிங்கள வெறிநாய்களும்
இந்திய நரிகளும்
கடித்துக் குதறிய
ஆட்டுக் குட்டிகள் இங்கே
உறங்குகின்றன" *(உரிமைக்குரல், ப.83)*

என்று போரில் வீழ்ந்த தமிழர்களுக்காகக் கண்ணீர் சிந்தினார் தங்கப்பா.

பாரதியை, பாரதிதாசனை, பாவாணரை, தங்கப்பாவைப்போல், அழகு தமிழில் பாடியவர் இருக்கிறார்களா என்று தெரியவில்லை.

ஆங்கிலத்தில் மொழிபெயர்த்தார் என்பதல்ல தங்கப்பாவின் பெருமை. "ஆங்கிலப் பள்ளிக்குப் போகும் சிற்றூர்ச் சிறுவனின் புலம்பல்" என்னும் தலைப்பில்,

"மூச்சு விடவும் நேரம் இல்லை
முழுதும் படிப்புப் படிப்புப் படிப்பு!
சேச்சே, எதுவும் புரியவில்லை
இங்லிபீசு பெரிய தொல்லை"

என்று பாடி, நகரப்பிள்ளைகளை எரியும் கொள்ளி என்று இரண்டாயிரத்திலேயே சாடினாரே, அங்குதான் தங்கப்பா படைப்பாளியாக நம்மைக் கவர்கிறார்.

இளைய தலைமுறையினர் இன்குலாபைப் போலவே தங்கப்பாவிடம் கற்பதற்கு நிறைய உண்டு.

ஜிப்மர் மருத்துவமனைக்குத் தன் உடலைத் தானம் செய்ததால் மட்டும் தங்கப்பா புகழ் பெறவில்லை. அவர் எதை உணர்ந்தாரோ, அவ்வாறே வாழ்ந்தார்.

'உடல் மண்ணுக்கு, உயிர் தமிழுக்கு' என்பது தங்கப்பாவைப் பொருத்தவரை வெற்றுக் கோஷமில்லை. 'உயிரும் தமிழுக்கு; உடலும் தமிழுலகுக்கு' என்பதாக நிறைவடைந்ததுதான் அவர் வாழ்க்கை.

மீண்டும் சொல்லலாம் தங்கப்பா என்பவர் வரலாற்றில் மற்றுமொரு பெயரல்லை. தனித்து நின்ற தமிழயக்கம் அவர்.

-முனைவர் பா.இரவிக்குமார்
இணைப் பேராசிரியர்
சுப்பிரமணிய பாரதியார் தமிழியற்புலம்
புதுவைப் பல்கலைக்கழகம்
புதுச்சேரி – 605 014
மின்னஞ்சல் : *paa.ravikumar1@gmail.com*

★

“இயற்கையின் காதலர் தங்கப்பா”

-முனைவர் சிவ இளங்கோ

தங்கப்பா அவர்களை நான் முதலில் பார்த்தது தாகூர் கலைக் கல்லூரியில் தான். சிறப்புத்தமிழ் வகுப்பில் தமிழ்ப் பேராசிரியராக அறிமுகமானார். கணீரென்ற குரல் கிடையாது. சாந்தமாகத் தான் பேசுவார். கண்டிப்பு இருக்காது. தோழமை உணர்வு அதிகமாக இருக்கும். பாடங்களின் நடுவே அவ்வப்போது தமிழ் மொழியின் அருமை, பெருமைகளை விளக்கிச் சொல்வார். தனிப்பாடல் திரட்டு, பாரதிதாசன் கவிதைகள் என்று அதில் வரும் கவர்ந்திழுக்கக்கூடிய செய்திகளைச் சொல்லுவார். கம்பர், ஔவையார் போட்டி, காளமேகப் புலவரின் குறும்புகள், சிற்றிலக்கிய வகைகளின் சிறப்புகள், தமிழின் சீர் மரபுகளை வெளிக்கொணரும் பாடல்கள் என்று சொல்லிக் கொண்டே போவார். மெல்ல மெல்ல அவரிடம் ஐக்கியமானோம். அதில் ஒரு நான்கைந்து பேரைத் தேர்வு செய்து ஒரு குழுவாக்கினார்.

கல்லூரி நாள் தவிர்த்த விடுமுறை நாட்களில் வெளியில் எங்காவது சுற்றுலா அழைத்துச் செல்வார். அப்போது எல்லோருமே மிதிவண்டிப் பயணம் தான். அவரும் மிதி வண்டியில் தான் வருவார். புதுச்சேரியைச் சுற்றிப் பல இடங்களுக்கு அழைத்துச் செல்வார். இலக்கியங்களில் இடம் பெற்று நடைமுறையில் காணக்கூடிய செய்திகளைக் காட்டி விளக்குவார். ஒருமுறை பாரதிதாசனின் ‘தாலாட்டுப் பாடல்’களைக் கூறிக் கொண்டிருக்கையில்’ “தாழையின் முள் போன்ற தகசீரகச் சம்பா ஆழ உரலில் இடித்த அவலை” என்ற பாடல் வரிகளைச் சொல்லி நிறுத்தியவர், “தாழையின் முள் பார்த்திருக்கிறீர்களா?” என்று கேட்டார். நாங்கள், “பார்த்திருக்கிறோம். தாழை மடலுக்கு வெளிப்புறத்தில் நன்றாகத் தெரியுமே” என்றோம். “அந்த முள் சீரகச்

சம்பா அளவில் சிறியதாகவா இருக்கிறது?” என்று கேட்டார். பதில் இல்லை. “சரி உங்களுக்கு நேரில் விளக்குகிறேன்” என்றார்.

அந்த வார விடுமுறை நாளில் தாழை மடல்களும், செடிகளும் நிறைந்த கருவடிக்குப்பம் மயானம் போகும் சாலைதான் எங்கள் சுற்றுலாத் தளமானது. அங்கு சைக்கிளில் வந்து சேர்ந்த உடனே ஒரு தாழை மடலை எடுத்தார். அதன் பக்கவாட்டில் உள்ள முட்களை மெலிதாக ஒடித்தார். உடைந்த முள்ளின் உள்பகுதியில் வெள்ளையாக சீரகச் சம்பாவைப் போன்று முள்ளின் உள்பாகம் இருப்பதைக் காட்டினார். இதைத்தான், “தாழையின் முள் போன்ற தகுசீரகச் சம்பா” என்று பாவேந்தர் பாடினார் என்றார். “அவருக்கு எப்படித் தெரியும்?” என்று நாங்கள் கேட்டதற்கு, “இங்குதான் இதைப்போல் வந்து முள்ளை உடைத்துப் பார்த்திருப்பார்” என்றார். இப்படிச் சங்க இலக்கியங்களில் இருந்து தற்கால இலக்கியம் வரை கண்ணில் தட்டுப்பட்ட, காதில் விழுந்த நடைமுறைச் சான்றுகளை முடிந்தவரை எங்களுக்குச் சொல்லிக் கொடுத்துக் கொண்டே வந்தார்.

ஒருமுறை புதுச்சேரியில் இருந்து பாகூர், கடலூருக்குப் போகும் வழியில் உள்ள ‘பன்னித்திட்டு’ என்ற குக்கிராமத்துக்கு அழைத்துச் சென்றார். “பொன்னன் திட்டுதான் பன்னித் திட்டு என்று மருவி விட்டது” என்று விளக்கினார். அங்கு ஓடிக்கொண்டிருந்த தென்பெண்ணை ஆற்றுப்படுகையில் நடந்து கொண்டே ஆற்றங்கரை ஓரங்களில் முகிழ்த்த தமிழர்களின் நாகரிகங்களைப் பற்றிச் சொன்னார். எல்லாம் சங்க காலத்திற்குள் சென்று, புதைந்து, எழுந்து வந்தோம்.

மதிய வேளை வந்தது. அருகாமையில் உள்ள மூர்த்திக்குப்பம் என்னும் கிராமத்தில் இருந்த பாவேந்தரின் நண்பரும், அணுக்கத் தொண்டருமான திருக்குறள் பெருமாள் அவர்கள் இல்லத்திற்கு கூட்டிச் சென்று அறிமுகப்படுத்தினார். பாவேந்தர் பாடல்களை முழுவதும் மனப்பாடம் செய்தவர் அந்தப் பெரியவர். அவர் பேசினாலே பாவேந்தர் பாடல்களாகத்தான் வெளிவரும். பின்னர், சுற்றியிருந்த இயற்கைச் சூழல்களை எல்லாம் காண்பித்து, அவற்றிற்கு இலக்கிய விளக்கங்களுடன் இயற்கை விருந்தளித்தார். அன்று மாலையில் இருள் சூழ்ந்த நேரத்தில்தான் வீடு திரும்பினோம். இப்படியாக எங்களின் கல்லூரி நாட்கள் பயனுள்ளவையாக, “தங்கப்பா காலம்” என்று சொல்லும் படியாக ஓடி மறைந்தன.

அப்போது கல்லூரி ஆண்டு விழா வந்தது. ஆண்டு மலருக்குக் கவிதை எழுதி அனுப்புங்கள் என்று மாணவர்களிடம் தங்கப்பா ஐயா கூறினார். கவிதை எப்படி எழுத வேண்டும் என்று எங்களுக்குச் சீர், தளை எல்லாம் சொல்லிக் கொடுத்தார். எழுதி எழுதிப் பார்த்தோம். ஒன்றும் பிடிபடவில்லை. நான், என் தந்தையார், தமிழின் சிறப்புப் பற்றிப் பாடிய கவிதையில் இருந்து எட்டு வரிகள் எடுத்து எழுதிக் கொடுத்துவிட்டேன். அதைப் படித்து விட்டு வகுப்பில், "இவ்வளவு இலக்கணச் சுத்தமாக ஒரு மாணவன் கவிதை எழுதி இருக்கிறான்" என்று என் பெயரைச் சொல்லிப் புகழ்ந்தார். எனக்கோ குற்றவுணர்வு மேலிட்டது. அவரிடம் தனியாகச் சென்று உண்மையைச் சொன்னேன். "யார் உன் தந்தையார்?" என்றார். பெயரைக் கூறினேன். "அட அவரா! பாரதிதாசனின் நண்பர் ஆயிற்றே..." என்று அகமகிழ்ந்து கூறினார். "அவருடைய மகனாக இருந்து இன்னுமா கவிதை எழுதக் கற்றுக் கொள்ளவில்லை?" என்று கேட்டார். தலைகுனிந்தேன். "சரி, இனிமேல் நீயாக எழுது" என்று தொடர்ந்து ஊக்கமும் கொடுத்தார். அதுவரை புதுக்கவிதைகள் மட்டுமே எழுதி வந்த நான், மரபும் கற்று, மரபுப் பாவலனும் ஆனேன்.

கல்லூரி வாழ்க்கை முடிந்து பின்னர் அவரவர் வேலைக்குச் சென்றோம். திருமணம் ஆகி 'செட்டில்' ஆன வாழ்க்கையில், தமிழ்ப்பணி, சமூகப் பணி என்று ஈடுபட நேர்ந்தது. மீண்டும் தமிழ் அறிஞர்களின் உடனான சந்திப்பும், நட்பும் தொடர்ந்தன.

புதுச்சேரியில், 1990 களில் "தமிழ் வளர்ச்சி நடவடிக்கைக் குழு" என்றோர் அமைப்பை இலக்கணச் சுடர் முனைவர் இரா. திருமுருகன் தொடக்கினார். திரு ம. இலெ. தங்கப்பா தலைவராகவும், நான் செயலாளராகவும் செயலாற்றி வந்தோம். தமிழ்மொழி வளர்ச்சி குறித்துப் பல்வேறு கோரிக்கைகளை முன்வைத்து அரசுத் துறைகளுக்கு அனுப்ப வேண்டிய விண்ணப்பங்களை எழுதிக் கொண்டு வருவார் தங்கப்பா. அதைத் தட்டச்சு செய்பவரிடம் கொடுத்து தட்டச்சும், பிழை திருத்தமும் செய்த பிறகு வந்து கையெழுத்துப் பெற்றுக் கொண்டு உரிய அலுவலகங்களுக்கு அனுப்பி விடுவேன். இது தொடர்பாக ஐயா திருமுருகனார் இல்லத்தில் அடிக்கடி எங்கள் சந்திப்பு நிகழும். அப்போது புதுச்சேரி வரலாறு, தமிழ் இலக்கியங்களின் சிறப்பு என்று நிறைய செய்திகளைப் பரிமாறிக்கொள்வோம். விவாதங்களும் நடந்தது

உண்டு.

தமிழ் வளர்ச்சி நடவடிக்கைக் குழுவில் புதுவையின் அனைத்துத் தமிழ் அமைப்புகளும் இணைந்து செயல்பட்டன. புதுவையில் தமிழ் வளர்ச்சிக்காக நிறையப் போராட்டங்கள் நிகழ்த்தப்பட்ட காலம் அது. தமிழ் விழிப்புணர்வைத் தூண்டும் வகையில் புதுச்சேரி முழுமையும் தமிழ் அறிஞர்களுடன் நடைப்பயணம் நடத்தினோம். புதுச்சேரியின் அனைத்துக் கிராமப் பகுதிகளிலும் புதுச்சேரித் தமிழ் அறிஞர்களான திருமுருகன், தங்கப்பா, அரியபுத்திரனார், இறைவிழியனார், செவ்வேள், நாகி, சீனு ராமச்சந்திரன், புகழேந்தி என்று பெரும் தமிழ் ஆளுமை வாய்ந்தவர்களோடு தமிழ் குறித்துப் பல செய்திகளைப் பகிர்ந்து கொண்டே நடந்து சென்றோம். அவ்வப்போது இடைவெளி விட்டுப் பலமுறை நடைபெற்ற இந்த நடைப் பயண நிகழ்வுகள், அதில் பங்கேற்றவர்கள் யாருக்கும் மறக்க முடியாதவை.

இவ்வமைப்பின் வழியாகப் புதுச்சேரியில் ஆட்சி மொழிச் செயலாக்கம், மழலையர் வகுப்பில் தமிழ், வணிக நிறுவனங்களில் பெயர்ப் பலகைகளில் தமிழ், பேருந்துகளில் தமிழ் அறிவிப்பு, பாரதிதாசன் கல்லூரிப் பெயர்ப் பலகைகள் தமிழில் மாற்றம், புதுச்சேரிப் பல்கலைக்கழகச் சின்னத்தில் தமிழ், பாண்டிச்சேரி எனும் பெயரைப் புதுச்சேரியாக மாற்றல் என்று பல பிரச்சனைகளை முன்வைத்துப் பேரணி, போராட்டம், பொதுக்கூட்டம், உண்ணாவிரதம், என்று நடத்திக் கைது செய்யப்பட்டு அரசாங்கத்தின் கவனத்தை ஈர்த்தோம். இதில் மேற்கூறிய அனைத்துக் கோரிக்கைகளும் ஏற்றுக் கொள்ளப்பட்டனஎன்பது குறிப்பிடத்தக்கது.

சிந்தனைகளில் தங்கப்பா தனித்துவமாக விளங்கியவர். "குயில் பாட்டு" எப்படி பாரதியாருக்கு ஓர் அடையாளமோ, அதே போல் "ஆந்தைப்பாட்டு" என்றால் அது தங்கப்பாவின் அடையாளம் தான். தன் பெயரனுக்குத் தாலாட்டுப் பாடல்களைப் படையல் செய்யத் தொடங்கியவர், எல்லாக் குழந்தைகளுக்குமான பாடல்களைப் படைத்த போது சாகித்ய அகாடமி விருது தேடி வந்தது. தமிழ் மொழி மட்டுமின்றி ஆங்கிலத்திலும் புலமை வாய்ந்தவராக இருந்தார் தங்கப்பா. தமிழ் இலக்கியங்களில் இருந்து பல பாடல்களை ஆங்கிலத்தில் மொழி பெயர்த்திருக்கிறார். பாரதிதாசன் பாடல்கள் உட்பட புதுச்சேரித் தமிழறிஞர்களின் பாடல்களை ஆங்கிலத்தில் மொழிபெயர்த்ததில் தங்கப்பாவின் பங்களிப்பு

அதிகம். தமிழ், ஆங்கிலம் ஆகிய மொழிகளில் ஏற்படக்கூடிய ஐயங்களுக்குப் பலரும் தங்கப்பாவைத் தேடி வந்து விளக்கம் பெற்றுச்செல்வர். அப்படிப் பலமுறை நானும் இலாசுப்பேட்டையில் உள்ள அவரது இல்லத்திற்குச் சென்று உரையாடி விளக்கம் பெற்று வந்ததுண்டு. அவர் தமிழர்களுக்கு ஓர் கலங்கரை விளக்கமாகவே இருந்து வந்தார். புதுவைத் தமிழர்களுக்கும், அவரோடு பழகியவர்களுக்கும் அவரது நினைவுகள் எப்போதும் பசுமையாக இருந்து கொண்டே இருக்கும்.

-முனைவர் சிவ இளங்கோ
புதுச்சேரி
பேசி: 9994078907

★

பேராசிரியர் ம.இலெ. தங்கப்பாவின் இயற்கை ஈடுபாடு

- முனைவர் மு. இளங்கோவன்

பேராசிரியர் தங்கப்பா அவர்கள் பன்முகப் படைப்பாளி ஆவார். பள்ளி ஆசிரியராகவும் கல்லூரிப் பேராசிரியராகவும் பணியாற்றிய பெருமைக்குரிய தங்கப்பா அவர்கள் தென்மொழி, தமிழ்ச்சிட்டு, தென்றல், வானம்பாடி, பூஞ்சோலை, இனமுழக்கம், தமிழகம், உரிமை வேட்கை, கைகாட்டி, கவிஞன், மீட்போலை, அரும்பு, விருந்து, கவியுகம், பொதுமை, தெளிதமிழ், வெல்லும் தூயதமிழ், கண்ணியம் உள்ளிட்ட பல்வேறு இதழ்களில் எழுதியவர்; பல்வேறு படைப்புகளை நூல்களாகவும் வெளியிட்டவர். தமிழ், ஆங்கிலம் என இருமொழிகளிலும் பெரும்புலமைகொண்ட தங்கப்பாவின் படைப்புகளில் விஞ்சி நிற்பவை தமிழ் உணர்வு, இயற்கை ஈடுபாடு, அன்பு எனலாம். பாட்டு வடிவிலும் உரைநடை வடிவிலும் இவர் வழங்கியுள்ள நூல்கள் தமிழ் இலக்கிய வரலாற்றில் குறிப்பிடத்தக்கவை ஆகும். ஆங்கிலத்தில் இவர் மொழிபெயர்த்துள்ள தமிழ்ப் படைப்புகள் காலம் கடந்தும் பேசப்படும் ஆற்றல் பெற்றவை. சிறுவர் பாடல்கள் தொடங்கி, தமிழ் உணர்வு பீறிட்டு நிற்கும் எழுச்சிப்பாடல்கள் வரை இவர் வரைந்துள்ள பாட்டுகள் பல திறத்தன.

தங்கப்பா மாணவப் பருவத்திலேயே புயற்பாட்டு என்னும் நூலை எழுதியவர். (அதற்கு அந்நாளில் அவர் இட்டிருந்த பெயர் “புயற் கிரணி”. கலிங்கத்துப் பரணியை நினைவிற்கொள்க). மேலும், அடிச்சுவடுகள், இயற்கை ஆற்றுப்படை, வேப்பங்கனிகள், ஆந்தைப்பாட்டு, கள்ளும் மொந்தையும், பனிப்பாறை நுனிகள் உள்ளிட்ட அரிய பாட்டு நூல்களையும் பாரதிதாசன் ஓர் உலகப்

பாவலர், நுண்மையை நோக்கி, எது வாழ்க்கை?, திருக்குறளும் வாழ்வியலும், வாழ்க்கை அறிவியல், பாட்டு வாழ்க்கை, மொழிமானம், கொடுத்தலே வாழ்க்கை முதலான உரைநடை நூல்களையும் எழுதியவர்.

மழலைப்பூக்கள், எங்கள் வீட்டுச் சேய்கள், இயற்கை விருந்து, வாழ்க்கை மேற் காதல், மரபுப்பாடல் செத்துவிட்டதா?, இடித்துரைப் பாடல்கள் (வசையமுது), நையாண்டி மாலை (பாட்டும் உரையும்), சோளக்கொல்லைப் பொம்மை, வாழ்வியல் அறிவீர் முதலான சிறுவர் இலக்கியங்களையும் எழுதியுள்ளார்.

தங்கப்பாவின் படைப்புகளில் தமிழகத்துச் சிற்றூர்ப்புற வாழ்வியலும், எளிய நிலை மக்களின் பண்பாட்டுக் கூறுகளும் நுட்பமாக அடையாளம் கண்டு, படைக்கப்பட்டிருக்கும். அரசியல்வாதிகளின் சுயநலப் போக்குகள் இனங்காட்டி எழுதப்பட்டிருக்கும். போலி மாந்தர்களின் பொய்முகங்கள் தொங்கவிடப்பட்டிருக்கும். சுரண்டல்களைக் கண்டிப்பதில் தயங்காமை இருக்கும். ஆர்ப்பாட்ட உலகத்தாரின் பகட்டு வாழ்க்கையை எடுத்துக்காட்டி, இன்னும் நாகரிகம் புகாத எளிய நிலை மக்களின் உயிர்ப்பான வாழ்வியலைத் தங்கப்பா சிறப்பாக எடுத்துரைப்பதில் வல்லவர்.

சிற்றூர் மக்களின் உணவு, உடை, வாழ்வியல், எளிமைப் பண்பு, அன்புணர்வு, செடி, கொடிகள், விலங்கினங்கள், பறவைகள் யாவும் இவரின் படைப்பில் நிலைபெற்றிருப்பதைக் காண இயலும். கம்பளிப்பூச்சியையும் பன்றியையும் இவர்தான் பாட்டில் கொண்டுவந்தவர். இயைபுத்தொடை இலக்கியத்தை அடிச்சுவடுகள் நூலில் தந்தவர். கடற்கரையையும் கடலைச் சுண்டலையும் சிறுவர் பாடல்களில் சிறப்பிடம் பெறச் செய்தவர். 'தண்ணிக்குடம் தூக்கிச் செல்லும்' தங்கச்சியையும், எருமை மாட்டில் ஏறிவரும் இளைஞர்களையும் இவர்தான் தம் பாட்டுடைத் தலைவர்களாக்கியவர். காக்கா மூக்குச் சாமியாரையும், தஞ்சாவூர் பொம்மையையும் தலையாட்டச் செய்தவர். முயல் தம்பிக்குச் சட்டை மாட்டி விட்டவர் நம் தங்கப்பா.

"அவரை விதை, புடலை விதை
ஊன்றிட வேண்டும்;
அதற்கேற்ற பந்தலிங்கே
அமைத்திட வேண்டும்.
பாகல்விதை பறங்கிவிதை
போடவும் வேண்டும்;

படர்வதற்கு வேலியோரம்
பார்த்திட வேண்டும்.
கத்தரிக்கு நாற்றங்கால்
அமைத்திட வேண்டும்;
காரமிள காய்க்கும் இடம்
ஒதுக்கிட வேண்டும்;
கொத்துங்க'டா வெட்டுங்க'டா
கட்டி தட்டுவோம்.
கோணல் மாணல் இல்லாமல்
பாத்தி கட்டுவோம்"

(எங்கள் வீட்டுச் சேய்கள், 63,64)

என்று சிறுவர்களுக்கும் வீட்டுத் தோட்டம் அமைக்கும் முறையைப் பாட்டில் வடித்துத் தந்தவர் தங்கப்பா ஆவார்.

இயற்கை ஆற்றுப்படை

தங்கப்பாவின் இயற்கை ஆற்றுப்படை சங்க இலக்கியத்தின் சாயலைக் கொண்டது. நகர நாகரிகத்தில் சிக்கிக்கொண்ட ஒருவனுக்குச், சிற்றூர்ப்புற வாழ்வியலையும் இயற்கைச் சிறப்பினையும் எடுத்துரைக்கும் பாங்கில் இந்த நூல் இயற்றப்பட்டுள்ளது. இந்த நூலின் சொல்லாட்சியும் எடுத்துரைப்பும் உள்ளடக்கமும் தங்கப்பாவைச் சங்கப் புலவராகச் சார்த்திப்பார்க்கும் பெருமையை நல்குவனவாகும்

பழந்தமிழ் நூல்களான எட்டுத்தொகை, பத்துப்பாட்டு நூல்களைஒத்த நடையில் இயற்கை ஆற்றுப்படை எழுதப்பட்டுள்ளது. நடை பழைய நடை மட்டும்; உள்ளடக்கச் செய்தி யாவும் இற்றைக் காலத்தை எதிரொலிப்பன. வளமார்ந்த தமிழகத்தைச் சுற்றிக்காட்டும்; பெருமைகளை எடுத்துரைக்கும்; அங்கொன்றும் இங்கொன்றுமாக முளைத்து நிற்கும் சிறுமைகளை நினைவூட்டுவதாக இந்த நூலின் செய்திகள் அமைந்துள்ளன. எங்கும் பரவிக்கிடக்கும் இயற்கை எழிலை மாந்தர்களுக்கு நினைவூட்டுவதாக இந்த நூலின் உள்ளடக்கம் உள்ளது. "இயற்கையிலேயே தோன்றி இயற்கையிலேயே மீண்டும் கலந்துபோக இருக்கும் நமக்கு இயற்கையின் பெருமையை உணர்ந்து போற்றும் எண்ணம், இயற்கை வழங்கும் செய்திகளைப் புரிந்துகொள்ளும் நாட்டம் இல்லாதிருப்பது எத்துணை இரங்கற்கு உரியது." என்று தங்கப்பா இயற்கை ஆற்றுப்படையின் முன்னுரையில் குறித்திருப்பது இந்த நூலெழுந்த நோக்கத்தினைத் தெரிவிப்பதாக உள்ளது.

"நகர வாழ்க்கையின் போலிமைகளான இயற்கை ஈடுபாடு குன்றி நலங்குறைந்தான் ஒருவற்கு இயற்கை வளமும் கொழுமையும் நிறைந்த சிற்றூர்வாணன் ஒருவன் இயற்கையின் பல்வேறு எழில் நிலைகளைச் சொல்லி அவனை இயற்கையின்பால் ஆற்றுப்படுத்துவதாக அமைந்தது இந்நூல்" என்று தங்கப்பா நூலின் முன்னுரையில் குறிப்பிடுவார்.

"நகர்உறை மகனே! நகர்உறை மகனே!
துகள்எழு தெருவின் புகையுமிழ் ஆலை,
அதிர்வொலி அடங்கா விதிர்விசை ஊர்தி
மரம்பயில் வறியா வறங்கூர் கவலை
பகல்திரி கள்வர் புகுமிருள் மறுகு
திரையாடு கூத்தியர் திறந்த புன்மேனி
முடைநாறு இழிபடம் மொய்த்தபல் சந்தி
பண்டப் பல்சுவைப் பகட்டுயர் ஆவணம்,
திண்டி வல்சியர் உண்டி மண்டகம்
நாடக மகளிர் ஆடும் நெடுங்களம்
பல்வகைப் பரத்தரும் உட்புகுந்து உழக்கலின்
நல்வகை நெடுதிரைப் படம்பிடி கூடம்
நடமாடு இழிசினர் படமாடு அரங்கம்
பரிவிடு சூதின் பொருள்பறி அரங்கொடு
காமக் களிவிளை யாமக் கழகத்து
நகருறை மகனே! நகருறை மகனே!"

என்று தொடங்கும் இயற்கை ஆற்றுப்படை, அத்தகைய நகரிலே, நாளும் உழன்றுகொண்டிருக்கும் ஒருவனுக்குத் தமிழகம் முழுவதும் பரந்து செழித்திருக்கும் குறிஞ்சி, முல்லை, மருதம், நெய்தல் சார்ந்த நிலங்களையும் அதனால் செழித்திருக்கும் தமிழர் வாழ்வையும் இந்த நூல் எடுத்துரைக்கின்றது.

இந்த நூலில் நெய்தல் நிலக் காட்சியை விளக்குமிடத்து,

"அலவன் உறிஞ்சியும் வறைமீன் கடித்தும்
இறவுச்சூட்டை இடையிடைத் தின்றும்
கஞ்சி உண்ணும் கருந்தோள் காளை
வஞ்சி மருங்குல் தன் மடந்தை தனக்குக்
கடல்மேற் சென்றதுங் கடுஞ்சுறவு எதிர்ந்ததும்
அடலுற வென்றதும் அறைந்த நீள்கதை
முலைஉண் குழவி முகிழ்முகம் தூக்கிக்
குலையா விருப்பிற் செவிகேட் கும்மே! *(504-511)*

என்று நெய்தல் நில மக்கள் வாழ்க்கையைத் தங்கப்பா சிறப்புற எழுதியுள்ளார்.

மருதநிலத்துக் காட்சியையும் தங்கப்பா இந்த நூலில் சிறப்புடன் அறிமுகம் செய்துள்ளார். வயல்வெளிகளில் உள்ள நெல்லும் மூங்கிலும் அசைவன அவருக்கு "மின்னிடை மாதர் மெய்சிலிர்த்து ஆங்கு நாணுத் துவண்டு நடஞ்செய்யும்" காட்சியாகத் தெரிகின்றது. வாழையின் இலை அசைவு என்பது யானையின் காதசைவாகத் தங்கப்பாவுக்குத் தெரிகின்றது. சிற்றூரில் விளையும் கறிகாய்களை தங்கப்பா,

"வெண்டை, வழுதலை, வியன் கொத்தவரை
தண்டிளங்கீரை தாள்மலி உள்ளி
குடைமடித் தன்ன தூங்குவண் மிளகாய்
யானை முறஞ்செவி இகலிலைச் சேம்பு
பானைப் பரூஉக்காய்ப் பசுங்கொடிப் பூசுணை
புடலையும் அவரையும் பொலிந்த பந்தர்
குடலையின் திரண்ட குறைவறு பெருஞ்சுரை
வயின்வயின் விளங்கும் வண்மையது ஊரே!"

என்று பாடியுள்ளார். இயற்கை ஆற்றுப்படையில் இயற்கையுடன் வாழ்ந்த தமிழகத்து மக்களையும் மண்ணையும் படம்பிடித்துக் காட்டியுள்ளமையால் தங்கப்பாவின் இயற்கை நெஞ்சத்தை அறிந்துகொள்ள இயலும்.

-முனைவர் மு. இளங்கோவன்
கா.மா. அரசு பட்டமேற்படிப்பு மற்றும்
ஆராய்ச்சி நிறுவனம், புதுச்சேரி-605 008
muetamil@gmail.com

★

தமிழ் இலக்கியச் சேவையாளர் தங்கப்பாவின் படைப்புகள்

பாடல்கள் (கவிதைகள்)

1. பாடுகின்றேன் இளங்கோ பதிப்பகம், சென்னை 1973
2. எங்கள் வீட்டுச் சேய்கள் த. கோவேந்தன்
3. மழலைப் பூக்கள் கிறித்தவ இலக்கியச் சங்கம்,சென்னை
4. தேடுகின்றேன் வானகப் பதிப்பகம், புதுவை. 1983
5. ஆந்தைப்பாட்டு
6. அடிச்சுவடிகள் தமிழாய்வகம், சென்னை.
7. வேப்பங்கனிகள் த.கோவேந்தன் 1983
8. மலை நாட்டு மலர்கள் 1985
9. கள்ளும், மொந்தையும் 1987
10. இயற்கையாற்றுப்படை 1989
11. மயக்குறு மக்கள் கிறித்துவ இலக்கியச் சங்கம், சென்னை 1990
12. இயற்கை விருந்து
13. அகமும், புறமும், ஆற்றுப் படையும் 1991
14. பின்னிருந்து ஒரு குரல், வானகப் பதிப்பகம், புதுவை 1992
15. பனிப்பாறை நுனிகள் 1998
16. புயற்பாட்டு 2000
17. கனவுகள் 2002
18. பாட்டெனும் வாள் எடுப்பாய், வானவில் வெளியீடு, சென்னை. 2004
19. உயிர்ப்பின் அதிர்வுகள் தமிழினி, சென்னை 2006
20. சோளக்கொல்லைப் பொம்மை வானகப் பதிப்பகம், புதுவை 2009
21. உரிமைக்குரல்
22. மழலை விருந்து, வையவி பதிப்பகம், சென்னை. 2010
23. பூம்பூம் மாட்டுக்காரன் (வானகப்பதிப்பகம் , புதுவை 2016)
24. காரும், கூதிரும் (வானகப்பதிப்பகம், புதுவை.2016)

25. வம்பனார் இயற்றிய வாழ்வியல் அறுபது (வானகப் பதிப்பகம், புதுவை 2017)

கட்டுரைகள்

1. பாரதிதாசன் ஓர் உலகப் பாவலர் தமிழோசைப் பதிப்பகம், சென்னை 1987
2. நுண்மையை நோக்கி வானகப் பதிப்பகம், புதுவை 1989
3. திருக்குறளும் வாழ்வியலும் 1995
4. மண்ணின் கனிகள் (மொழிபெயர்ப்பு) உலக இலக்கியக் கழகம், சென்னை 1996
5. மொழி மானம், வானகப் பதிப்பகம், புதுவை 2000
6. நானும், என் தமிழும் தமிழ் நேயம், கோவை ஞானி 2008
7. கொடுத்தலே வாழ்க்கை, வானகப் பதிப்பகம், புதுவை 2001
8. எது வாழ்க்கை? 1994
9. வாழ்க்கை அறிவியல் – எல்லைகள் அற்ற வாழ்க்கை, பாவை பதிப்பகம், சென்னை 2010
10. நானும், என் தமிழும் (தமிழ்நேயம் வெளியீடு 2011)
11. பாட்டு வாழ்க்கை (வானகப்பதிப்பகம் 1994)

ஆங்கிலப் படைப்புகள்

1. Meadow Flowers (Poems) வளர்மதி, சென்னை. 1984
2. This Question of Medium Pamphlet 1970
3. Poems in English; 20 poems included in a collection of Contemporary Indian English Poetry by Busy Bee Books, Puducherry 2007
4. The Prince who became a Monk (2017)

தமிழிலிருந்து ஆங்கிலத்துக்கு மொழிபெயர்ப்பு

1. Hues and Harmonies from an Ancient Land, Pandian Publications, Puducherry - 1970
2. Songs of Grace – Selections from St. Ramalingam All India Books, Puducherry - 1985
3. Selected Poems from
   i) Barathidasan
   ii) Vani Dasan, Puducherry Institute of Linguistics and Culture - 1996
4. House of Darkness
   (பாரதிதாசனின் இருண்ட வீடு) C.L.S. Madras - 1997
5. Love Stands Alone
   (Selections from Sangam Literature) Penguin India - 2010
6. Red Lilies and Frightened Birds
   (முத்தொள்ளாயிரம்) Penguin India - 2011

7. *Translation of Tamil Poems from India –*
   In Our Translated World, Tamil Literary Garden, Canada - 2013
8. *Stories from Tamil Literature - (2003)*
9. *Pebbles (Poems of Meenakshi - 2017)*

ம.இலெ.தங்கப்பாவுக்கு வழங்கப்பட்ட விருதுகள்

1. அரவிந்தர் ஆசிரமப் பரிசு - *(1972)*
2. பாவேந்தர் விருது - *(1991)*
3. பாரதிதாசன் விருது - தமிழக அரசு - *(1991)*
4. தந்தை பெரியார் விருது - *(1998)*
5. கலைமாமணி விருது *(2001)* - (இந்த விருதினை புதுச்சேரி அரசுக்கே திருப்பி வழங்கினார்)
6. தமிழ்த் தேசிய செம்மல் விருது - *(2007)*
7. சிற்பி இலக்கிய விருது - *(2007)*
8. இலக்கிய மாமணி விருது - *(2007)*
9. இனமான குரிசில் விருது - *(2009)*
10. திருப்பூர் தமிழ்ச்சங்க விருது - *(2010)*
11. சாகித்ய அகாதெமி மொழிபெயர்ப்பு விருது - *(2012)*
12. நேரு விருது (புதுச்சேரி அரசு - *2012*)

ஆவணங்கள்

1. வானகத்தின் வாழ்வியக்கம் என்ற தலைப்பில் பேராசிரியர் ம.இலெ.தங்கப்பாவின் வாழ்வியல் ஆவணப்படம் தயாரித்து இயக்கியவர் ஊடகவியலாளர் எழுத்தாளர் பி.என்.எஸ்.பாண்டியன் *(2018)*
2. ம.இலெ.தங்கப்பா-சாகித்ய அகாதெமி சார்பில் இந்திய இலக்கியச் சிற்பிகள் வரிசை நூல் எழுதியவர் எழுத்தாளர் பாவண்ணன். *(2022)*

★